झुलता पूल आणि इतर एकांकिका

AF832611

सतीश आळेकर यांचे प्रकाशित साहित्य

नाटक

अतिरेकी
एक दिवस मठाकडे / ठकीशी संवाद
दुसरा सामना
पिढीजात / मिकी आणि मेमसाहेब
बेगम बर्वे
महानिर्वाण
महापूर
शनिवार रविवार

एकांकिका

झुलता पूल आणि इतर एकांकिका
आधारित एकांकिका

आठवणी

गगनिका

झुलता पूल आणि इतर एकांकिका

सतीश आळेकर

पॉप्युलर प्रकाशन, मुंबई

झुलता पूल आणि इतर एकांकिका
(म - १३५३)
पॉप्युलर प्रकाशन
ISBN 978-81-956093-0-7

ZULTA POOL
ANI ITAR EKANKIKA
(Marathi : Play)
Satish Alekar

© २०२२, सतीश वसंत आळेकर / मिकीन सतीश आळेकर
कृष्णा, २ रा मजला, पत्रकारनगर
पुणे ४११ ०१६
mikinalekar@hotmail.com
satish.alekar@gmail.com

पहिली आवृत्ती : २०२२/१९४४

मुखपृष्ठ : शेखर गोडबोले, राजू देशपांडे

मुद्रितशोधन : मिलिंद बोरकर, पुणे

प्रकाशक
हर्ष भटकळ
पॉप्युलर प्रकाशन प्रा. लि.
३०१, महालक्ष्मी चेंबर्स
२२, भुलाभाई देसाई रोड
मुंबई ४०० ०२६

अक्षरजुळणी
मुग्धा दांडेकर
थ्रीडी ग्राफिक्स, पुणे

अनुक्रम

झुलता पूल

[रिकामा रंगमंच. एका बाजूने कॉलेजमधली एक तरुणी येते. एका बाजूला स्टुलावर बसून व्हायोलिन वाजवायला सुरुवात करते. थोड्या वेळाने एक कॉलेज तरुण येतो. थोडा वेळ व्हायोलिन ऐकतो आणि-]

तरुण : अहो..

तरुणी : अंऽऽ मला म्हणालात काही तुम्ही?

तरुण : अंऽ नाही, काही नाही.
[व्हायोलिन सुरू.]
तुमच्याकडे...

तरुणी : माझ्याकडे काय? बोला ना-

तरुण : तुमच्याकडे प्रेशरकुकर असेल, नाही? घरी स्वयंपाकघरात किंवा किचनमध्ये?

तरुणी : (गोंधळून) अंऽ काय?

तरुण : अहो, मी विचारलं की, तुमच्याकडे प्रेशरकुकर आहे का म्हणून! तशा बऱ्याच वस्तू असतील... फ्रीज वगैरे. पण सध्या कुकरच पुरे.

तरुणी : प्रेशरकुकर?

तरुण : हो. त्यालाच आपण मराठी शास्त्रीय परिभाषेत 'पेपिनचं पाचक पात्र' असं म्हणतो.

तरुणी : हो, आहे ना!

तरुण : आहे ना? वाटलंच मला. तुमच्याकडे बघितल्याबरोबर मी ओळखलं की, तुमच्याकडे प्रेशरकुकर असलाच पाहिजे म्हणून. बाय द वे, कोणता आहे?

तरुणी : काय?

तरुण : कुकर!

तरुणी : (आठवत) अं...

तरुण : कुकवेल?

तरुणी : नाही.

तरुण : हॉकिन्स?

तरुणी : नाही. प्रेस्टीज. का?

तरुण : नाही, सहज. बाहेर फिरायला पडलो. वाटेत तुम्ही दिसलात व्हायोलिन वाजवताना! म्हटलं, काही प्रश्न विचारावेत. तुमच्याकडे कुकर, फ्रीज इत्यादी आहे की नाही वगैरे!

तरुणी : प्रश्न?

तरुण : हो, प्रश्न!

तरुणी : कोणते?

तरुण : हेच आपले, जनरल. म्हणजे कुकर वगैरे. मला आवडतात प्रश्न विचारायला. कारण माझ्यापुढे नेहमी प्रश्न उभे असतात आणि उत्तरं माहीत नसतात. डोक्यात प्रश्न फार भिनतात. त्या मानानं उत्तरं फारच कमी. त्यामुळे ती उत्तरंसुद्धा डोक्यातच राहतात आणि फक्त प्रश्न तोंडातून बाहेर पडतात. वाजवा, तुम्ही व्हायोलिन वाजवा!

तरुणी : मी वाजवतच होते. तुम्हीच मधे हे कुकरचं काढलंत.

तरुण : उत्तरं तुम्ही बरी दिलीत. अपेक्षित आणि साचेबंद. तरी पण मला वाटत होतं...

तरुणी : काय?

तरुण : की, तुम्ही पण मला विचाराल.

तरुणी : काय?

तरुण : प्रश्न! मी तुम्हाला जो विचारला, तोच. म्हणजे कुकर किंवा फ्रीज आहे का, वगैरे वगैरे.

तरुणी : पण मला काय करायचंय त्याच्याशी?

तरुण : वाटलंच मला, तुम्ही हे असं साचेबंद उत्तर द्याल म्हणून! आहे ना, आमच्याकडे पण आहे कुकर. कुठला असेल? प्रेस्टीज?

कुकवेल? हॉकिन्स? नाही. आमच्याकडे आहे लक्ष्मीछाप पितळी कुकर. 'कोई भी चीज उठाव, बे-बे आना'च्या दुकानात मिळणारा. आतून काळाकुट्ट पडलाय. बुडातून पलीकडचं दिसायला लागल्यावर, आईने सांगितल्यामुळे मी डागसुद्धा बसवून आणलाय आणि त्यामुळेच भात व्यवस्थित शिजतो. अर्थात वेळ थोडा जास्त लागतो. पण कधी कधी फार गंमत येते. भात शिजता शिजत नाही. तांदूळ तर चांगले रेशनचे असतात. तीन-तीन तास लाइनीत उभे राहून मिळालेले, नंतर आईने पाखडलेले. तरी पण भात शिजायला उशीर. म्हणून जेवायला सकाळी साडेदहाला नाही. जेवायला उशीर म्हणजे आनंदच! मग सगळीकडेच उशीर. कॉलेजला उशीर म्हणजे प्रॅक्टिकलला उशीर. मग बाई रागवतात. त्यांना काय झालंय रागवायला! त्यांच्या घरचं लवकर आवरत असेल, पण आमच्या घरचं नाही हो आवरत. सरसुद्धा खेकसतात. एकूण काय की, सगळेच राग आमच्यावर काढतात. तरीही भात जेव्हा शिजायचा तेव्हाच शिजतो. कारण भात फार लहान आहे. अजून त्याला शेंबूडसुद्धा पुसता येत नाही. भाताचे खूप प्रकार आहेत. तसेच कुकरचे पण! तरीही शिजणं ही प्रक्रिया सगळीकडे सारखीच; फरक फक्त वाफेचा- तिच्या दाबाचा...

[स्तब्धता.]

तुम्ही पाहिली आहे की नाही?

तरुणी : काय?

तरुण : वाफ! नसेल, तर जरूर पाहा. अहो, फार गंमत असते. पुन्हा वाफेचेसुद्धा फार प्रकार आहेत. कुकरची वेगळी, आगगाडीच्या इंजिनाची वेगळी. चहाच्या वाफेला वास असतो, तसा साध्या पाण्याच्या वाफेला तो नसतो. वाफेचं काम एकच- असेल तिथून बाहेर पडणं. तापमान वाढवत, प्रसंगी शिट्टी वाजवत.

[स्तब्धता.]

कुकरभोवती प्रशस्त किचन... आणि यातून निर्माण होणारं एक ऐसपैस घर. गावापासून लांब. पुसट दिसायचं. कारण, अंतर फार आणि मधून एक नदी वाहायची. तिला फक्त पूर आला की,

पाणी! एरवी मात्र अगदी साधा झुळझुळ वाहणारा ओढाच! मला कल्पना आहे लांब असणाऱ्या घराची...

तरुणी : कशावरून?

तरुण : अंऽऽ काही म्हणालात तुम्ही?

तरुणी : माझं घर गावापासून दूर आहे, असं कशावरून म्हणता तुम्ही?

तरुण : कारण तुमच्याकडे प्रेशरकुकर, फ्रीज वगैरे आहे म्हणून.

तरुणी : हो, मी लांब राहाते आणि आमचं घर...

तरुण : थांबा. मी सांगतो नुसतं लांबून पाहून. खूप लांब आणि खूप मोठा बंगला. कारण, वडील मोठे ऑफिसर आणि ते संध्याकाळी खेळतात क्लबमधे ब्रीज. मात्र आईची– सॉरी, ममीची– मात्र फक्त रमी. कारण त्यात डोकं कमी वापरावं लागतं. सिस्टर गोजिरवाणी, जाते कॉन्व्हेंटमध्ये! तुमची स्कूटर, वडलांची कार जाते भन्नाट. कारण बंगल्यात पायी जाताच येत नाही. फक्त मोटारीचीच पायवाट ती! घर छानपैकी सजवलेलं. डायनिंग रूममधे फ्रीज. कारण तुमच्याकडे दारूबंदी नाही. कोपऱ्यात रविशंकरची एल. पी. शेजारीच रोलिंग स्टोन्स आणि रिची हेवन्स. घरात कदाचित लहान मूल सांभाळते एक दायी. बाबागाडी जाते संध्याकाळी पार्कमध्ये बेबीला घेऊन जाई...!

तरुणी : हेवा वाटतो?

तरुण : (हसत) नाही, अजिबात नाही! प्रेशरकुकरला लक्ष्मीछाप पितळी कुकरचा वाटतो का? नाही! कारण दोन्हींत वाफ कोंडलेली असते. [स्तब्धता.]

एक छोटीशी कहाणी ऐका. एक टुमदार गाव वसलं होतं. जंगलानं वेढलेलं. जणू पाचूचं बेटच! जंगल म्हणजे अगदी अरण्याएवढं. झाडी नुसती किर्रर्र असायची. हिंस्र श्वापदं जंगलात मुक्तपणे संचार करायची. कोल्हे होते, हरणं होती, झालंच तर जंगलातल्या एका सरोवरात सुसरीदेखील होत्या. पण झाडी अतिशय घनदाट! दिवसासुद्धा सूर्याचे किरण जंगलात फिरकायला धजत नसत. आणि म्हणूनच श्रीरामप्रभूदेखील ह्या जंगलातून न जाता दंडकारण्यातून गेले म्हणे!

सर्वत्र आबादीआबाद होतं. लोक सुखानं कालक्रमणा करीत होते. सुमारे पंचाहत्तर वर्षांची म्हातारी माणसं सांगतात त्याहीपेक्षा खूप स्वस्ताई होती. म्हणजे पैशाला दहा शेर लोणी वगैरे. थोडक्यात म्हणजे, रामराज्यच चाललं होतं म्हणा ना! पण– ह्या रामराज्यातदेखील एखादी परीटबुद्धी अजाणतेपणे सुचू शकते!

गावामध्ये एक ब्राह्मण आणि त्याची ब्राह्मणी सुखानं कालक्रमणा करीत होती. ब्राह्मणाचा धंदा भिक्षुकीचा खरा, पण घरचं बरं असल्यामुळे तो भरीस भर म्हणूनच की काय, सावकारीसुद्धा करीत असे. मोठा विद्वान असा माणूस, पण गरिबांचा वाली. गरिबांची लग्ने तो केवळ रुपया आणि नारळ घेऊन लावून देत असे. ब्राह्मणीदेखील त्याला सर्वस्वी अनुरूप आणि पूरक अशीच होती. थोडक्यात म्हणजे, त्यांचा अत्यंत आदर्श असा संसार चालला होता. पण…

त्यांच्या संसारात एक मोठी उणीव होती. त्यांच्या संसारवृक्षावर फळ येत नव्हतं किंवा राजा–राणीच्या संसारात तिसरं माणूस काही केल्या डोकावत नव्हतं. खूप उपास–तापास झाले, अंगारे–धुपारे झाले, पण देव काही कौल देईना. आणि म्हणूनच ब्राह्मण आणि ब्राह्मणी एका प्रातःकाळी उठून, शुचिर्भूत होऊन घरातून बाहेर पडली.

गावाबाहेर स्वामीमहाराजांचा मठ होता. त्यांच्या दर्शनासाठी दोघं जणं आली. नतमस्तक होत विनम्र स्वरात ब्राह्मण उद्गारला, ''महाराज, काय सांगाल ते देईन, पण गरिबाचा वंश वधारेल असं काही करा.'' महाराज ध्यानस्थ राहिले. काही क्षण विचार करून उद्गारले, 'रे ब्राह्मणा, सगळे उपास केले आहेस म्हणतोस, पण श्री सत्यनारायणाला पूजा बांधली आहेस काय?'' महाराजांच्या पायावर लोळण घेत ब्राह्मण म्हणाला, ''चुकलो आचार्य, चुकलो. परतता क्षणीच पूजा बांधतो.'' दोघं घरी परतले. विनम्रभावे पूजा बांधली. स्वामीमहाराजांनी स्वतः पौरोहित्य केलं. सव्वाशेराच्या मापात प्रसाद वाटला. गावातील गोरगरीब तीर्थ–प्रसादास आले. पण श्री सत्यनारायणाचा महाप्रसाद ब्राह्मणीच्या कडून चुकून पायी

तुडवला गेला. मेघ गर्जू लागले. विजा चमकायला लागल्या. कित्येक वर्षांत नव्हती अशी मुसळधार वृष्टी सुरू झाली. लोक सैरावैरा पळू लागले. आणि एक चमत्कार घडला–

शहराच्या मधून एक नदी वाहायला लागली. शहराचे दोन भाग झाले. आता दोन्ही भागांना जोडणारा दुवा म्हणजे फक्त पूलच– मोगल आले आणि गेले, मराठेशाही गेली, पेशवे गेले, शेवटी साहेबसुद्धा गेला; तरी पण दोन भाग तसेच राहिले. नदीवर पूल बांधले, धरणं बांधली; पण ते दोन भाग एकमेकांपासून दूरच राहिले.

गावात ऑफिसेस् वाढायला लागली. एक केबिन, आत साहेब, बाहेर प्यून आणि टाइपरायटरवर क्लार्क. प्यून विड्या ओढायचा, साहेबाला सारखे फोन आणि क्लार्क बिचारा कायम टायपिंग. साहेब थोर आहे, मायबाप आहे. फोन आहे, मोटार आहे, पंखा आहे. गोरी–गोरी बायको आहे. भाषेत जरब आहे, गळ्यात टाय आहे किंवा टेरिलिनचा बुशकोट आहे. हे आहे, ते आहे. हेही आहे, तेही आहे. सगळंच आहे आणि नाही असं काहीच नाही. आणि वर पुन्हा साहेबाची तक्रारसुद्धा आहे. आणि हो, त्याच्याकडे प्रेशरकुकरसुद्धा आहे. फ्रीज आहे, टेपरेकॉर्डरसुद्धा आहे. हे सालं त्या नदीमुळे झालं. कारण ब्राह्मणीनं प्रसाद तुडवला आणि सगळाच घोळ झाला. त्या सत्यनारायणाच्या हे सगळं इतके दिवस लक्षात आलंय, की तिथंसुद्धा दफ्तरदिरंगाई आहे...? जाऊ दे... माझी म्हणाल तर एकच इच्छा आहे. आणि ती म्हणजे, साहेबाची केबिनच कुणी तरी पळवून न्यावी किंवा प्रत्येकाभोवती एक–एक स्वतंत्र केबिन यावी.

[स्तब्धता.]

तरुणी : हेवा वाटतो?

तरुण : हेवा! च्यायलाऽ खरं–खरं सांगितल्यावर तुम्ही हेवा म्हणता? फार गैरसमज होतोय तुमचा. एरवी तुमचा ह्या सगळ्याशी कसलाच संबंध येत नाही.

तुम्ही व्हायोलिन वाजवा फक्त!

आणि मीपण न बोलताच सरळ त्या विंगेत निघून गेलो असतो आणि ही नाटिकाच झाली नसती. प्रेक्षकांची संख्या वाढल्यावर कुणाला तरी स्टेजवर यायलाच पाहिजे, म्हणजे प्रेक्षागारातील गर्दी पण थोडी कमी होते आणि नाही म्हटलं तरी काही 'खरं' कानांवर पडतं लोकांच्या. ह्यानं त्यात काही फरक पडणार आहे असं नव्हे, तरी तेच ते हॅमर तरी होतं त्यांच्यावर आणि लक्षात राहातं. बस्स, इतकंच!

[स्तब्धता. व्हायोलिन सुरू.]

(प्रेक्षकांना) तर, अशी ही आमची ओळख होते. सहज म्हणून झालेली ही ओळख टिकते. ह्या वादातून म्हणा किंवा आणखी कशातून म्हणा, मैत्री वाढत जाते. एका मर्यादेजवळ थांबते. कारण नदी तर केव्हाचीच बेटी मधून वाहून राहिलीय.

एक दिवस ती माझ्या घरी येते–

[तरुणी आत जाते. तरुण अगदी साध्या दोन खुर्च्या आणून रंगमंचावर मांडतो. संगीताच्या लयीनुसार तो हे करतो. आत जातो. संगीताची द्रुत लय सुरू होते. आणि त्याच लयीबरोबर तरुणाचा बाप रंगमंचावर प्रवेश करतो. एक-दोन चकरा मारून बाजूला बसतो. हातात वर्तमानपत्र.]

तरुण : (प्रेक्षकांना, विंगेतून डोकावत) आमचे वडील!

वडील : काय म्हणतो आहे आजचा पेपर? मोकळी झाली. वा! बिअर मोकळी झाली. वा! आता पत्त्याला मजा येणार. अहोऽ अहोऽऽ ऐकलंत का? बिअर मोकळी झाली. नाही, नाहीऽ सुशी नाही, सुशी नाहीऽऽ बिअर! एक प्रकारचे सौम्य मद्य. त्यावरचा निर्बंध सरकारनं उठवला! हो, आज मेल आणि एक्स्प्रेस लेट. उतारूंचा खोळंबा. ब्रॉडगेज करण्याची योजना मंजूर! करा नुसत्या योजना, करा मंजूर म्हणावं! साहेब गेला नि रेल्वेची शान गेली. आता सगळी 'जनता की संपत्ती'...

[स्तब्ध होतात. दारावर टकटक. तरुण विंगेतून दुसऱ्या विंगेत जातो दार उघडायला. वडील एका कोपऱ्यात स्टुलावर बसतात. तरुणी येते. खुर्चीवर बसते.]

तरुण : या! ये ना! मला वाटलं, येतेस की नाही?

तरुणी : हुश्श! काय लांब आहे रे तुझं घर! इतकी वळणं आहेत; पुन्हा मला सापडेल की नाही, कुणास ठाऊक. वाटेत विचारलं, तर पत्तादेखील कुणी सांगत नाही बघ.

वडील : छोट्या जाहिराती! शहराबाहेर वस्तीपासून दूर, सर्व सुख-सोईंनी युक्त बंगला भाड्याने देणे आहे. भेटा अगर लिहा. मूल सांभाळायला मोलकरीण पाहिजे. ताबडतोब भेटावे.

तरुण : (वडिलांच्या बोलण्याने अस्वस्थ. पण तसे न दाखवता) हो ना! अगं, जागाच मिळत नाही दुसरीकडे. एकदा मिळत होती, पण आई म्हणाली, गावापासून फार दूर आहे. म्हणून नाही घेतली. गावात दुसरीकडे घ्यायची म्हणजे पागडी फार मागतात. शिवाय इतकी वर्षं ह्या आळीत गेली आमची, म्हणून आईला सोडवत नाही. आमचे आजोबासुद्धा ह्याच दोन खोल्यांत राहायचे अगं!

तरुणी : जुने वाडे खूप मोठे असतात, नाही? पण शांतता कधी मिळतच नाही. माझे बाबा सांगायचे, पूर्वी आमचा पण एक मोठा वाडा होता म्हणे. पण मग आम्ही घर बांधलं म्हणून वडिलांनी विकला.

तरुण : तू चहा घेतेस ना? थांब, आईला मी करायला सांगून येतो. (विंगेत जातो.)

वडील : सुशिक्षित तरुणाची आत्महत्या! तिसऱ्या मजल्यावरून उडी मारली. नुकत्याच लग्न झालेल्या तरुणीने पेटवून घेतले. कारण नवऱ्याचा संशय. नगरपालिका इकडे लक्ष देईल काय? बस क्रमांक बारा ही स्वस्तिक लॉजवरून न नेता पौर्णिमा हॉटेलवरून न्यावी, कारण रस्ता अतिशय अरुंद आहे. शिवाय हॉटेलजवळच महाविद्यालय असल्यामुळे कॉलेज-विद्यार्थ्यांना स्टॉप सोईस्कर पडेल. कृपया त्वरित हालचाल करून गैरसोय टाळावी.

[तरुणी हे सगळे एक मासिक वाचता-वाचता ऐकते आहे. तरुण चहा घेऊन येतो. चहाच्या बशीत पडलेले चहाचे पान हळूच हाताने काढून टाकतो आणि चहा तरुणीला देतो.]

तरुणी : हे तुझे वडील का?

तरुण : हो. रेल्वेत आहेत. पुढच्या वर्षी रिटायर होतील.

वडील : (रागाने) मेल, एक्स्प्रेस आज पुन्हा लेट! नेहमीचंच आहे हे! पार साहेबापासून चालत आलंय! आम्ही बघतो आहोत ना! लाईनमन जर केबिनमध्ये हजर नसेल, तर सिग्नल मिळेलच कसा? ड्रायव्हर बोंबल-बोंबल बोंबलतो, पॅसिंजर वैतागतात, तरी गाडी लेटच! वेळेवर कधीही नाही.

तरुण : तुला बहीण...

तरुणी : एक आहे. मोठी, लग्न झालेली. आम्ही दोघंच.

वडील : त्यामुळे उतारूंचा खोळंबा होतो हे त्यांना कधी कळणार, कुणास ठाऊक! आता लोक आगी वगैरे लावायला लागल्यापासून गाड्या जरा कमी लेट होतात, इतकंच...

तरुण : (वडिलांच्या बोलण्याने पुरा वैतागलेला आहे.) मोठी बहीण सध्या आमच्याकडेच आहे. बाळंतपणाला. तिचा मुक्काम अजून चार-पाच महिने तरी नक्की. आणि...

वडील : मागे एक ड्रायव्हर होता, फर्नांडिस म्हणून. मोठा तगडा आणि जवान गडी. त्या वेळी इलेक्ट्रिक लाइनी नव्हत्या, फक्त कोळसा. एका खेड्यात त्यानं एक बाई ठेवली होती. रानातून जाताना गाडी आपली रोज त्या खेड्याजवळ उभी. फायरमन बिचारा एकटाच इंजिनात शिळ्या वाजवत बसायचा. (मोठ्याने हसतात.)

तरुणी : हल्ली काही खेळत नाहीस वाटतं?

तरुण : काय?

तरुणी : पूर्वी तू खेळायचास कॉलेजकडून. मला वाटतं, मागच्या वर्षी तू टीममध्ये पण होतास कुठच्या तरी! मला मॅच पाहिल्याचं आठवतंय.

तरुण : हल्ली जमत नाही. वेळच नाही होत. अभ्यास, शिवाय क्लास असतो. हे वर्ष फार महत्त्वाचं आहे ना!

तरुणी : यंदा क्लास मिळणार ना?

तरुण : कुणाला?

तरुणी : तुला! तुलाच विचारलं मी!

तरुण : नाही!

तरुणी : का रे?

तरुण : त्याची एक गंमतच आहे. मला कधीच फर्स्ट क्लास मिळत नाही. थर्ड क्लास पण नाही. पण सेकंड मात्र नेहमी. मला नेहमी वाटतं की, दोन डोंगर आहेत अगं मोठे! एकाचं नाव फर्स्ट क्लास आणि दुसऱ्याचं थर्ड क्लास. त्यांच्यामधे एक मोठा झुलता पूल आहे आणि त्यावर मी उभा आहे. मी कुठेही सरकायला लागलो की, पूल जोरजोरात हलायला लागतो आणि मी आहे तिथेच थांबतो. काय करणार? झुलत्या पुलाच्या जागी दगडी पूल तर कुणी बांधत नाही आणि त्यामुळेच मला सेकंड क्लास मिळणार...

[स्तब्धता.]

तरुणी : पुढे काय करणार आहेस?

तरुण : कुणास ठाऊक? बघू या! पण मला बहुतेक दिसतंय ते म्हणजे, मी एका बसमधून सकाळी एखादं वर्तमानपत्र आणि घरून तयार करून दिलेला डबा घेऊन निघणार. कंडक्टरने बस थांबवली की, उतरणार. रस्त्याच्या दोन्ही बाजूंनी कुणी येत तर नाही ना, असं बघून रस्ता क्रॉस करणार आणि एका खुर्चीवर बसणार. कार्ड पंच. काम सुरू. बेल वाजली की, साहेबाशी बोलणार आणि मग पुन्हा हेच उलट्या क्रमानं सुरू. अगदी बसमधून थेट घरी पोहोचेपर्यंत.

[स्तब्धता.]

वडील : (बायकोशी) काय? जातो, जातो. आज मंडईमध्ये जातो. कालच तुम्हाला तसं सांगितलं ना? मग त्याची आठवण काय करून देताय पुनः पुन्हा? मला तेवढ्या पिशव्या द्या. जातोय मी. काय काय आणायचं मी, त्याची यादी द्या. आल्यावर पुन्हा 'हे का नाही आणलं, तेच जास्त का आणलं' नकोय मला! एवढं शेवटचं पान वाचलं की, निघतोय मी. आणि मला भाजी घेऊन यायला उशीर होईल. आत्ताच्याला भाजी पाहिजे असेल, तर कोपऱ्यावरून आणा.

तरुणी : चहा आईनं केला होता का? छान झालाय.

तरुण : हो, आईनं केला.

[दोघांना आता कशावर बोलावे, हे समजत नाही.]

तुमच्याकडे रेकॉर्ड्स आहेत ना खूप?

तरुणी : हो, पुष्कळ आहेत! तू आलास म्हणजे ऐकवीन मी तुला. एऽ मी निघू का आता? बराच वेळ झालाय!

तरुण : निघतेस?

तरुणी : हो, जाते आता!

तरुण : बराय!

तरुणी : तू ये मग हं! रेकॉर्ड्स ऐकायला. तुझ्या आईशी ओळख नाही करून दिलीस? पुढच्या खेपेला नक्की दे हं! अच्छा!

तरुण : अच्छा!

[तरुणी जाते. तरुण खुर्च्या आत नेऊन ठेवतो.]

वैतागऽ वैताग येतो सगळ्यांचाच! भारतीय रेल्वेचा, झुलत्या पुलाचा, घरातल्या चहाच्या गाळण्याचासुद्धा! गाळण्यालादेखील भोक पडलेलं! साला, सगळा चोथा चहात पडला! कधी नव्हत् आमची मैत्रीण घरी आली, तर आईनं नेमका तडा गेलेला कप निवडला! वडील कसे मधे-मधे बोलत होते, ते तर तुम्ही पाहातच होता. पण मी काय करणार रागावून? घराबाहेर पडलं म्हणजे तात्पुरतं बरं वाटतं. ह्या आईबापांचा फार त्रास होतो! जिथे-तिथे बोलतात! अगदी नको असताना, नको तिथे! आणि ह्यांचं बोलणं फक्त वाढत्या भावाबद्दल किंवा त्या रेल्वेबद्दल! मला तर नेहमी वाटतं की, आमच्या वडिलांच्या शरीरात रक्तवाहिन्यांऐवजी रेल्वेच्या रुळांचं जाळं आहे म्हणून!

बिचारे साधे-भोळे, पण भित्रे आहेत. स्वतःभोवती वर्तुळ आखून, त्यात बसून वर्तमानपत्र वाचतात. अहो, झुलता पूल निदान झुलतो तरी, पण ही वर्तुळं एवढीच राहातात. ऑफिस, घर, स्वयंपाक, देऊळ, भाववाढ आणि शेवटी च्यायलाऽ गाड्या लेट!

हे असं काही सुचेनासं झालं की, भटकायला म्हणून मी बाहेर पडतो. रस्त्याच्या एखाद्या वळणावर आमचं कॉलेज लागतं, म्हणून मी आत जातो. ह्या वेळेस कॉलेज निर्मनुष्य. बरं वाटतं भटकायला. गुलमोहराची झाडं दिसतात. थोड्याच वेळात ढग

जमून येतात आणि पाऊस पडायला सुरुवात होते. पावसात भिजायला मजा येते. पण आई ओरडते.

बरंच अंधारून आलंय. घरी गेलं पाहिजे. वडील सकाळीच मंडईत गेले होते, म्हणजे रात्री बटाट्याची उकडून केलेली भाजी असेल. जेवायची पण थांबली असतील सगळी. घरी गेलं पाहिजे. (जायला लागतो.) आमची आई बटाट्याची भाजी मस्त करते हं! (जातो.)

[संगीताची एकदम वेगळी लय सुरू होते. त्याच लयीत तरुणी दोन आकर्षक खुर्च्या घेऊन येते आणि 'टाइम' किंवा 'लाइफ'चा अंक चाळत बसते. बेल वाजते- डिंगडाँग. ती उठते, दार उघडते. तरुण आत येतो.]

तरुणी : या! म्हटलं, येताय की नाही!

तरुण : अगं, उशीर झाला. बहीण बाळंतीण आहे. तिला जरा डबा पोचवायचा होता हॉस्पिटलात, म्हणून उशीर झाला.

तरुणी : बस. मी कॉफी करायला सांगून येते. तोपर्यंत तुला एक रेकॉर्ड ऐकवते. झोर्बाज डान्स. छान आहे.

[तरुणी आत जाते. रेकॉर्ड सुरू होते. तरुण ऐकतो. अंक चाळतो. कंटाळून इकडे-तिकडे हिंडतो. ती येते.]

तरुण : वडील काय करतात तुझे?

तरुणी : इंजिनिअर आहेत.

तरुण : बंगला छान आहे तुमचा!

तरुणी : वडिलांनीच बांधला. मला वाटतं, तीन-चार वर्षं झाली.

तरुण : भाऊ?

तरुणी : भाऊ नाही, बहीण आहे. यंदा सीनिअर केंब्रिजला बसेल.

तरुण : घरात कुणी दिसत नाही?

तरुणी : मोलकरीण आहे. बाबा येतीलच इतक्यात. बहीण शाळेत गेलीय आणि आई तिच्या मैत्रिणीच्या मुलीची एंगेजमेंट आहे, मला वाटतं, म्हणून ती पण तिकडे गेलीय.

[स्तब्धता.]

का रे, गप्प झालास?

तरुण : नाही, रेकॉर्ड ऐकतोय. छान आहे.
[रेकॉर्ड संपते.]

तरुणी : दुसरी लावू?

तरुण : (तंद्रीत) काय?

तरुणी : रेकॉर्ड?

तरुण : अं? रेकॉर्ड काय?

तरुणी : (हसत) अरे, रेकॉर्ड दुसरी लावू का म्हणून विचारते आहे मी! कसल्या विचारात पडला आहेस एवढा?

तरुण : विचार कसला आलाय! नको लावूस दुसरी.

तरुणी : थांब हं, मी कॉफी घेऊन येते.
[तरुणी येते. हातात छान ट्रे. त्यात कॉफी, बिस्किट्स इत्यादी.]
घे!]

तरुण : अं? हो!
[स्तब्धता.]

तरुणी : तुला बरं वाटत नाहीये का?

तरुण : का? असं का वाटलं तुला?

तरुणी : नाही, सहज विचारलं.

तरुण : बिस्किटं छान आहेत. कसली आहेत?

तरुणी : डायजेस्टिव्ह. कालच बाबांनी आणलीत. पूर्वी ह्याच्यापेक्षा चांगली असायची. हल्ली लवकर सादळतात.

तरुण : व्हायोलिन काय म्हणतंय तुझं?

तरुणी : रोज जाते क्लासला, पण हल्ली कंटाळा करते.

तरुण : तू गिटार नाही वाटतं वाजवत?

तरुणी : छे:, मला नाही आवडत. मला सतार खूप आवडते. व्हायोलिन-पेक्षा! धाकटी बहीण शिकते आहे. अजून एक-दोन वर्षांत चांगली वाजवायला लागेल.

तरुण : बाग छान लावली आहे तुम्ही.

तरुणी : बाग आमच्या माळ्यानं केली. आणि आईला रोझ सोसायटीत बक्षिसं मिळाली. परवाच आमच्या गुलाबाला दुसरा नंबर मिळाला.

तरुण : घरात दिसत नाही?

तरुणी : अरे, कालच तोडली. बाकीच्या अजून कळ्या आहेत. उद्याला बहुतेक उमलतील.

तरुण : फूल नाही, आई घरात दिसत....

तरुणी : आईच्या मैत्रिणीच्या...

तरुण : अरे, हो! सांगितलंस की मघाशी, एंगेजमेंटला गेली आहे म्हणून.
[बाहेर कुत्रे जोराने भुंकते.]

तरुणी : अय्याऽऽ! बाबा आले बहुतेक.

तरुण : मी निघतो आता.

तरुणी : बैस रे, तुझी ओळख करून देते.
[स्तब्धता. एका वेगळ्याच संगीताच्या लयीत बाबा प्रवेश करतात.]
बाबा, हा माझा मित्र अविनाश.

बाबा : नमस्ते! काय, कॉफी वगैरे झालेली दिसते आहे. बसा, बसा! तुमचं चालू द्या. मी वॉश घेतो जरा. आत्ताच बाहेरून आलो.
(निघून जातात.)

तरुणी : बाबा टेनिस छान खेळतात. अरे, कॉलेजमध्ये असताना कॅप्टन होते युनिव्हर्सिटीच्या टीमचे. हल्लीच बिझिनेसमुळे जरा खेळणं कमी झालंय.

बाबा : एक्स्क्यूज मी... जरा वॉश घेऊन येतो.
(एका विंगेतून दुसऱ्या विंगेत जातात.)

तरुणी : बाबादेखील आपल्याच कॉलेजात शिकले. आई पण त्याच कॉलेजात होती.
[बाबा तोंड धुऊन येतात.]

बाबा : काय, कुठे राहाता तुम्ही?

तरुण : मी गावात राहतो; बाबू गेनू चौकाजवळ.

बाबा : पूर्वी आम्ही पण राहायचो गावात. कारंजाच्या बागेजवळ आमचा वाडा होता. अगदी पेशवेकालीन. आजोबा गेल्यावर मात्र आम्ही विकून टाकला. कारण, बघायला कुणीच नाही एवढ्या मोठ्या वाड्याकडे. परवा-परवापर्यंत उत्सवदेखील चालायचा वाड्यावर कृष्णाष्टमीचा. पालखी निघायची. पुढे चौघडा वाजत असायचा.

पारण्याला मोठी पंगत असायची. पण वाडा विकल्यापासून सगळं बंद पडलं. हल्ली त्या बाजूला जायचा कधी प्रसंगच येत नाही. बिझिनेसमुळे जमत नाही. आमचे ऑडिटर राहायचे गावात पूर्वी, तेव्हा जाणं होत असे. पण तेही वारले. बराय. चालू द्या तुमचं. आय डोंट वॉंट टू डिस्टर्ब यू! (आत जातात.)

तरुण : तुमच्या पणजोबांचा वाडा होता गावात?

तरुणी : असं बाबा म्हणतात. मी काही कधी पाहिला नाही. एकदाच बाबांनी बाहेरून दाखवला होता. मी पणजोबा पाहिले नाहीत आणि आजोबासुद्धा नाहीत. कारण वडलांचे वडील त्यांच्या लहानपणीच वारले. म्हणून वडलांना पणजोबांनीच सांभाळलं.
[स्तब्धता.]

तरुण : बराय, मी निघतो आता.

तरुणी : निघतोस?

तरुणी : हो. क्लास आहे.

तरुणी : कसला रे?

तरुण : मॅथ्सचा.

तरुणी : बराय! ये मग पुन्हा हं!

तरुण : हो. अच्छा!
[तरुण जातो. तरुणी सामान घेऊन आत जाते. अर्थात हे सगळे संगीताच्या तालात. तरुणी येते. व्हायोलिन वाजवायला सुरुवात करते. तरुण येतो.]
अहोऽऽ

तरुणी : अंऽ काय?

तरुण : तुमच्याकडे प्रेशरकुकर आहे? किंवा फ्रीज?

तरुणी : काय म्हणालात?

तरुण : तुमच्याकडे प्रेशरकुकर आहे का, असं विचारतोय मी!

तरुणी : प्रेशरकुकर?

तरुण : हो, म्हणजे पेपिनचं पाचकपात्र...
[स्तब्धता.]
(प्रेक्षकांना) आम्ही आता आमचा संवाद थांबवला. कारण, हे

असंच चालू राहिलं तर ह्या नाटिकेचा दुसरा प्रयोग सुरू होईल, म्हणून आम्ही हा 'पॉज' घेतला. हा पॉज, ही स्तब्धता फक्त नाटकातच असते असं नाही, तर सगळीकडे भरून पावलेली असते. कथेत असते; कादंबरीत असते. इतकंच काय, पण दोन रेल्वे रुळांतदेखील असते. फक्त उन्हाळ्यात ती कमी होते आणि हिवाळ्यात जरा वाढते. तरी गाडी जायची त्याच वेगानं जाते. शिवाय मेल आणि एक्स्प्रेसला रूळ पण तेच. फरक फक्त डब्यांचा आणि त्यांतील माणसांचा.

रोजच्या संभाषणातदेखील ही स्तब्धता तुमच्या-आमच्या नकळत येऊन जाते. मर्सिडिज बेंझचा ट्रकदेखील मधूनच फुस्स करतो. पण रस्ता तोच, वेगदेखील तोच. त्या रस्त्यालादेखील तडे जातच असतात. डोंगराच्या मधेदेखील दऱ्या असतात. त्यांवर झुलते पूल आहेत. पुलांची संख्या वाढवता येते, पण वाहणारी नदी थांबवता येत नाही. कारण, ब्राह्मणीनं सत्यनारायणाचा प्रसाद पायी तुडवला! शिवाय वाहत्या नदीला तरी 'तू वाहू नकोस' असं आपण कसं म्हणणार? कारण, शेवटी पाणी म्हणजे जीवन वगैरे. आणि शेवटी कुकर! अहो, प्रेशरकुकर काय किंवा लक्ष्मीछाप पितळी कुकर काय- दोन्हीही आपापल्या परीनं वाफ अडवत असतात आणि सोडत असतात.

पण प्रेशरकुकरमधील वाफ लवकर साचते आणि हळूहळू बाहेर पडते. शिवाय वाफेचं पाणी जरी झालं, तरी अन्नसुद्धा बराच वेळ गरम राहातं. म्हणूनच आपण प्रेशरकुकर घेण्याचा प्रयत्न करायचा. जमल्यास फ्रीजसुद्धा घ्यायचा.

किंवा हे घेणं जर जमत नसेल, तर ज्यांच्याकडे हे आहे त्यांचं व्हायोलिन ऐकत बसायचं. कारण वेळ मजेत जातो-

[तरुण मांडी घालून बसतो. तरुणी व्हायोलिन वाजवायला सुरुवात करते.]

पडदा.

मेमरी

[स्टेजवर अंधार. हळूहळू दिसावयास लागते. स्टेजच्या एका बाजूला दोन खुर्च्या. त्या खुर्च्या राजघराण्यातील आहेत- पाठी उंच असलेल्या. त्या दोन खुर्च्यांवर एक स्त्री व एक पुरुष बसलेले आहेत. स्त्रीचे वय पस्तीस व पुरुषाचे चाळीस. ज्या बाजूला खुर्च्या ठेवलेल्या आहेत, त्याच्याविरुद्ध बाजूला एक प्रकाशझोत पडतो. त्या प्रकाशात स्त्री जाऊन उभी राहते. पुरुष मात्र अगदी निश्चल, एखाद्या पुतळ्यासारखा बसलेला आहे. खुर्च्यांवरील प्रकाशाची तीव्रता नेहमीइतकी आहे.]

[स्त्री बोलू लागते : एकाच वेळी पुरुषाशी आणि प्रेक्षकांशीसुद्धा.]

स्त्री : पलीकडे कोचावर- साध्या नाही, पाठ उंच असलेल्या कोचावर एक दगड बसलाय. नाही, अजून तो पूर्णपणे दगड झालेला नाहीये. (विषय बदलत) मी पूर्वीच्या संस्थानातील... नाही... नाही, राजघराण्यातील घरंदाज बाई आणि पलीकडे बसलेल्या पुरुषाची एक प्रेयसी...? पण 'राजघराणं' म्हटल्यावर एकदम भारदस्त वाटतं, नाही? नाही, पण मी एका गरीब घरातलीच आणि... जाऊ दे.... जास्त बोअर करत नाही. (एकदम) हा आमचा राजवाडा खूप मोठा आहे, नाही? आभाळाएवढा! आम्ही चार-पाच भुतं ह्या वाड्यात राहतो. पलीकडे आमच्या राजघराण्याची बाग आहे... पण तिथे कधी गुलमोहोर फुललाच नाही. (नकळत गंभीर होते.) रातराणीला वासच येत नाही, चाफ्याला वास असतो फार-फार उग्र. नाकाला झोंबणारा. कधी... कधी बेशुद्ध पाडणारा. तेरडा फुलतो इथे फक्त. पण त्याचा रंग किती पाच... चार... नाहीऽ नाही, तीन- तीनच दिवस. माझ्याकडे पाहतो

रागावून माझ्या सवतीसारखा. हंऽ खंत करणारा चाफा! (मोठ्याने हसते.) मी आता 'सवत' म्हटलं का? नाही... हे जरा गंभीर होत चाललंय... तिकडे आमचं देऊळ... हो, खासगी. कारण, आमचं घराणं राजघराणं. आणि पुढे ओघानं येणारं वृंदावन तुळशीचं! हा माझा महाल– कसा मस्त आहे, नाही? ह्या भिंतीतले अब्रूदार चिरे चुन्याशी फितुरी करायला लागलेत. (एकदम भाबडेपणाने, एखाद्या लहान मुलीसारखे) मी किऽनई समोरच्याच चाफ्याला रोज पाणी घालते. आपण देवाला नाही का घालत, अगदी तशाच छोट्या पितळी झारीनं... (पुन्हा नेहमीच्या सुरात) तेरड्याचा रंग किती दिवस, माहीत आहे? तीन– नाही, नाही... नाही, तीन नाही– कदाचित दोनच दिवस. माझ्या आयुष्याचा रंग... जाऊ दे. माझं आयुष्य ब्लीच झालंय. त्याला रंगच नाही. आणि मी– मी झालीय पांढरी पाल! (पुरुषास उद्देशून) हा पलीकडचा दगड आज खूप दिवसांनी आला. काय रे, आता मी काय सांगितलं, ते ऐकलंस का? मी काही स्वगत म्हणत नव्हते.
[तो काहीही प्रतिक्रिया दर्शवत नाही. तसाच पुतळ्यासारखा बसून आहे.]
पण हा माझा कोण? आणि मी तरी त्याची.... ह्याचा भाऊ माझा... नाही, नाहीऽऽ काही नाही... मी– मी तुम्हाला काही सांगितलं ना, तर मी रडेन. खूप मोठ्यानं रडेन. टाहो की काय म्हणतात, तोसुद्धा फोडेन. आणि मी ...
[एकदम प्रकाश नेहमीसारखा होतो. पुरुषाच्या शेजारील खुर्चीवर स्त्री पूर्ववत् जाऊन बसते. सुमारे तीन सेकंद स्तब्धता. त्यानंतर मघाच्याच जागी प्रकाशझोत येतो. ह्या वेळेला पुरुष प्रकाशझोतात जाऊन उभा राहतो. स्त्री अगदी पुतळ्यासारखी बसलेली आहे.]

पुरुष : मी हिच्यावर प्रेम केलं, असं म्हणतेय ही. म्हणजे काय आहे, मला पूर्वीचं काहीही आठवत नाही आणि मला पूर्वीचं काहीच आठवत नाहीय, ते हिला कळत नाही.... हा हिचा दरिद्री राजवाडा. गुदमरायला होतंय मला इथं. इथं रात्री कोल्हे ओरडतात. कारण हे माळ आहे एक रेताड. काहीही न उगवणारं!

रात्री पाऊस पडायला लागला ना, की कोल्ह्यांचा आवाज असा मस्त टिपेत लागतो. ह्या उजाड माळावर उगवतं फक्त गवत.... मला खूप उकडत होतं मघाशी... पण आता मात्र थंडी वाजायला लागणार, असं वाटतंय. (शहारतो. त्याला थंडी वाजू लागते.) म्हणजे मला सडकून ताप भरणार, असं वाटतंय. मग मी निजून राहणार आणि माझ्या तापलेल्या डोक्यावर पाण्याच्या घड्या माझ्या मीच ठेवणार. (स्त्रीस) तुम्ही ऐकताय ना, मी काय म्हणतोय ते? मी काही स्वगत म्हणत नव्हतो. (प्रेक्षकांना) ही... ही बाई बघितलीत? हिची नजर तीक्ष्ण आहे. मला भीती वाटतीय ससाण्याची. ह्या बाईच्या डोळ्यांत ससाणा आहे. लहान मुलाला बुवाची भीती वाटते आणि मला– मला हिची. कारण– कारण... (हसतो.) मला पूर्वीचं काहीच आठवत नाहीय. माझी स्मृती नाहीशी झाली आहे.

[प्रकाश पुन्हा पूर्वीसारखा होतो. पुरुष पुन्हा आपल्या खुर्चीवर बसतो. स्तब्धता. अंधार. हळूहळू प्रकाश. स्टेजवर कुणीही नाही. प्रकाश नेहमीसारखा. लांबून स्त्रीच्या हसण्याचा आवाज येतो. तो मोठा होतो. स्टेजच्या एका बाजूने स्त्री येते. स्टेजवर सराईतपणे वावरते. तिचे बोलणे सुरू झाल्यावर पुरुष येतो. त्याच्या हालचाली अस्वाभाविक.]

स्त्री : हा आपला राजवाडा खूप चांगला आहे– नाही, म्हणजे अगदी नसण्यापेक्षा खूप बरा आहे. हो तुझी खोली– आय मीन महाल. तू गेल्यापासून या खोलीला कोणी हातसुद्धा लावला नाही. तू येणार असं कळलं म्हणून...

पुरुष : मला इथं आणण्यात आलं.

[स्तब्धता.]

स्त्री : एऽ

पुरुष : अं?

स्त्री : एऽ बोल रे काही तरी!

पुरुष : प्रयत्न चालू आहेत.

स्त्री : (हसत) फाइन! एक संबंध वाक्य.

पुरुष : (काही तरी बोलायचे म्हणून) हा तुमचा राजवाडा काय? छान, छान! (एकदम) नाही, मला काहीही बोलायचं नाही.

स्त्री : तू आता काय म्हणालास?

पुरुष : काही नाही. मला काही बोलायचं नाही.
[स्तब्धता.]

स्त्री : एऽ बोल बाबा काही तरी. मी बोअर होते आहे.
[स्तब्धता. तो काही बोलत नाही.]
एऽ तुला मी एक गंमत दाखवू का? अं? दाखवू का? तिजोरी .... तिजोरी बघायचीय तुला? लांबट, चौकोनी, काळपट, पांढरी! खिराची, नाही तर गोदरेजची! त्याला असतात दोन कुलपं. एकदा फिरवायची डावीकडे आणि एकदा उजवीकडे. मग उघडायचं मोठ्ठं दार- लांबट, चौकोनी, काळपट पांढऱ्या रंगाचं दार. पण तिजोरी आणली कुठलीही, तरी माझ्या तिजोरीचा चोरकप्पा कधीच उघडला नाही. उघडू म्हटलं, तर मागून लक्षात यायचं- फार फार उशिरा- की, हरवली आहे किल्ली त्या कप्प्याची. अरे, जर चोरकप्पाच नाही, तर तिजोरी काय नि साधं कपाट काय- सारखंच.
[स्तब्धता.]
बघायची आहे तुला तिजोरी? बघायची नसेल तर तोंडानं नाही म्हण.
[तो काहीही बोलत नाही.]
प्रेम! (हसते.) तू केलंयस कधी कुणावर प्रेम?
[तो मानेने नाही म्हणतो.]
मला माहीत आहे, आज पाऊस पडणार नाही ते.
तोंडानं नाही म्हण.

पुरुष : (अनिच्छेने) नाही!

स्त्री : नाहीऽऽ? (मोठ्याने हसते.) नाही? पुन्हा एकदा विचार कर! कसं कळलं तुला? अंऽ तुला कसं कळलं तू प्रेम केलं नाहीस ते- तुझी स्मृती नाहीशी झाली असताना?

पुरुष : (शांतपणे) निघून जा!

स्त्री : (तिरसटपणे) काय?

पुरुष : काही नाही, तू इथून निघून जा... नको... नाही तर मीच जातो... मला गेलं पाहिजे... मलाच गेलं पाहिजे. मला... मला... मला एकटा राहू दे. (त्याला आता एकदम 'तू जा' असे खूप मोठ्याने ओरडायचे आहे, पण अत्यंत शांतपणे म्हणतो) तू जा!

[स्तब्धता.]

स्त्री : (लहान मुलीसारखे, म्हणजे 'आम्ही नाही जा'प्रमाणे) एऽ असं रे काय करतोस? (गंभीर होऊन) तू असा का बघतोयस?

पुरुष : तू निघून जा. तुला जो वाटतो आहे, तो मी नाही.

[स्तब्धता.]

स्त्री : (टोचून) भीती?

पुरुष : (अनवधानाने) अं?

स्त्री : काही नाही. तुला भीती वाटतीय कसली तरी! कुठल्या तरी भुताची किंवा कदाचित आपल्याच एका सावलीची.... एका छोट्या सशाची... एका मोठ्या हडळीची... एक असतो दिवा मोठा प्रखर... अंधार फाडणारा डोळस प्रकाश. दिव्याकडे जायला लागलं की, होते सावली कमी नि दिव्यापासून लांब जायला लागलं की, होते सावली खूप मोठी. सावलीचे हात असतात खूप मोठे. मग पकडू बघतात आपले हात त्या सावलीला... मग दिवा जातो खूप उंच... अगदी चांदोबापर्यंत...

[स्तब्धता.]

आज चांदणं खूप छान पडलंय, नाही?

[स्तब्धता.]

तू माझा तिरस्कार का करतोस?

पुरुष : मी? (हसतो.) नाही... मी.... मला तिरस्कार माहिती नाही.

स्त्री : (धुमसत) मग काय माहिती आहे?

[स्तब्धता.]

पुरुष : (जरा विचार करून) स्मित!

स्त्री : (अनवधानाने) अं?

पुरुष : स्मितहास्य! तू माझ्याकडे बघून जे स्मितहास्य केलंस ना, ते

मला आवडलं नाही– अगदी मनापासून आवडलं नाही.

स्त्री : रडते आता! अरे, इतक्या दिवसांनी तू मला भेटलास. हसू नको तर काय रडू? (ती हसण्याचा प्रयत्न करते.) नाही, फरक पडला नाही बघ तुझ्यात. थोडे केस बरीक पांढरे व्हायला लागलेत. अरे, ते तर माझेसुद्धा होतील. (स्वतःशीच) आणि माझ्यात... माझ्यात पडलाय काही फरक? (पर्समधून आरसा काढते.) माझे डोळे... जमायला लागल्यात डोळ्यांखाली सुरकुत्या– एकेक करून विणत जाणार सुरकुत्यांचं जाळं... पण त्यात कोळी मात्र सापडणार नाही– नाही सापडणार!

[स्तब्धता.]

पडलाय– पडलाय फरक! म्हटलं तर खूप मोठा– एका मंगळसूत्राएवढा मोठा! (हात मंगळसूत्रावर.)

[स्तब्धता.]

पुरुष : (एकदम) तू त्याची प्रेयसी होतीस?

स्त्री : कुणी सांगितलं तुला?

पुरुष : तुझ्या नवऱ्यानं... आय मीन.... यजमानांनी.

(स्तब्धता.)

स्त्री : (विचारपूर्वक) विचित्र आहे! सगळा मोठा गुंता आहे. गुंता सुटत नाही. घट्ट–घट्ट होत चाललाय. माझा... माझा नवरा तुझा सख्खा भाऊ असताना मला तू हवा आहेस... पूर्वी होतास तसाच, अगदी तसाच. मला काही समजत नाही. काही कळत नाहीय. पूर्वीचं मला सोडवत नाही. सोडलं तर मी रक्ताळेन. कदाचित फाटूनदेखील जाईन. आणि नवं– हे नवं मला पत्करता येत नाही. (सुन्न होऊन बसते.)

पुरुष : द्वंद्व!

स्त्री : (अनवधानाने) अं?

पुरुष : नाही... ह्याला मी द्वंद्व म्हणेन.

स्त्री : (एकदम) म्हण... तू... तू... नुसताच म्हण. बाकी काही करू नकोस! पण... पण... मी ह्याला काय म्हणू? त्रिशंकू... त्रिशंकू झालाय माझा. आणि माझा नवरा? नवरा जर ह्याला व्यभिचार

म्हणाला तर? तर, मी काय करू?

पुरुष : चुकलं!

स्त्री : काय?

पुरुष : तुमचं मघाशी थोडं चुकलं. तुम्ही जे 'पत्करणं', 'नवं' वगैरे म्हणालात ना, ते फक्त मी जर तो ठरलो तर मग ठीक आहे. उगीच गृहीत धरून बोलू नका.

स्त्री : कॉलेजमध्ये असताना आपण खेळत असू पत्ते...ब्रीज... रमी, फ्लशसुद्धा गंमत म्हणून. गुळगुळीत पत्ते. पावडर लावलेले. निरनिराळ्या डिझाइन्सचे, पण एकाच आकाराचे. डिझाईन कुठलंही, पण आकार मात्र तोच आणि चारी कोपरे गोल केलेले. हाताला टोचू नये म्हणून. खेळून-खेळून पत्त्यांची संपायची पावडर आणि पत्ते व्हायचे राठ. त्यातसुद्धा राणीचं पान राणीचं आणि राजाचं पान राजाचंच.

मग पिसायचे. पिसायचे पत्ते पुन: पुन्हा. होत जायचे राठ-राठ. आणि मग लागत असलेली रमी मोडायची नि बांधायचे बंगले पत्यांचे. दोन पत्ते लघुकोन करून उभे करायचे. त्यावर पुन्हा एक आडवा पत्ता.... मग पुन्हा लघुकोन... पुन्हा आडवा पत्ता... बंगला उंच होत जायचा... आणि मग... मग काढायचा एकेक पत्ता... आडवा... नाही तिरका... उभा केलेला बंगला न पाडता... मी काढायची पानं, पण ते निघालं राजाचं पान. केव्हाही काढलं तरी ते निघायचं राजाचंच! आणि मग एक फुंकर यायची कुणाची तरी... कुठून तरी. काढले जायचे पत्ते सगळे राणीचे... मग... मग कोसळायचा सगळा बंगला... पुन्हा डाव सुरू... पण भिकार-सावकाराचा...

[स्तब्धता.]

(नेहमीच्या स्वरात) आपण... आपण पुन्हा खेळायचे पत्ते-

पुरुष : मला काहीही आठवत नाही.

स्त्री : तुझ्या भावाला वाटायचं, मी त्याच्यावर प्रेम करते; पण...

पुरुष : पण तुझं नि त्याचं लग्न झालं...

स्त्री : (उसळून) नव्हते करणार मी लग्न त्याच्याशी. करावं लागलं.

करावं लागलं तुमच्या राजघराण्याच्या अब्रूखातर.

पुरुष : (दुर्लक्ष करत) वर्तमानपत्रामध्ये बायकांच्या प्रॉब्लेम्सवर सल्ले मिळतात.

स्त्री : (अत्यंत निरागसतेने) तुला खरंच काही आठवत नाही का रे?

पुरुष : (प्रथम मानेने, मग तोंडाने) नाही!

स्त्री : (उसळून) तू तो नाहीस तर मी ज्याच्यावर मनापासून प्रेम केलं, करतेय; त्याच्या भुताला तरी मला पाहू दे. (त्याच्याकडे बघते. हसते.) ओठ आवळलेस. तू ओठ का आवळलेस? का रे, बेचैन झालास? अं! हे वाक्य कुठं तरी ऐकल्यासारखं वाटलं? एखाद्या हिरवळीवर संध्याकाळी... माझं बोलणं तुला टोचतंय- विशेषतः माझ्या बोलण्याचा टोन?

पुरुष : नाही, तसा प्रश्नच उद्भवत नाही.

स्त्री : तू जर तो नाहीस, तर माझ्यासमोर बसलेल्या त्याच्या भुतानं त्याच्यासारखेच ओठ का आवळले?

पुरुष : शक्य आहे! मी त्याच्यासारखाच दिसत असेन. काही तरी साम्य असेलही कदाचित. मी नाही म्हणत नाही. पण मी तो नाही.
[स्तब्धता.]

स्त्री : (तिरसटपणे) एऽऽ

पुरुष : अं?

स्त्री : इकडे बघ.

पुरुष : बघतो आहे.

स्त्री : अंऽहं! तिकडे नाही, इकडे- इकडे माझ्या डोळ्यांत बघ!

पुरुष : (शांतपणे) बघतो आहे.

स्त्री : तुला आठवतंय?

पुरुष : (मान वळवत) नाही.

स्त्री : मग तुझी स्मरणशक्ती परत येणं शक्य नाही.

पुरुष : (किंचित रागावून) कशावरून?

स्त्री : वेड्या, तुला एक महिन्यापूर्वीचंसुद्धा आठवत नाही.
[तो तिच्याकडे बघत राहतो.]
आठव काही तरी - पांढरं, निर्जंतुक- अं? ....आठवतंय?

[तो काहीही बोलत नाही. त्याचा चेहरा कोरा.]

स्त्री : बाई! एक हॉस्पिटलमधली बाई तुला भेटायला आलेली. डॉक्टरांच्या सल्ल्यावरून गप्प राहणारी. कारण का, तर माझ्यासमोर असलेल्या दगडाच्या मनावर एकदम आघात नको म्हणून.

पुरुष : (स्वतःशीच) बाई! माझ्या खोलीत येणारी... रोज रातराणी आणून ठेवणारी...

स्त्री : आठवतंय?

पुरुष : अंऽ नाही– मला– मला काही आठवत नाही. मला काहीही बोलायचं नाही... पण... ती बाई तू होतीस. मग आपलं हे आजचं बोलणं त्याच दिवसांत का नाही झालं?

स्त्री : आय रिपीट... डॉक्टरांच्या सल्ल्यावरून.

पुरुष : (एकदम) हॉस्पिटलमधलं मला सगळं आठवतंय. त्याची आठवण मला पुन्हा नकोय.

[स्तब्धता.]

स्त्री : (उसळून) तुला काय वाटतं, म्हणून? अरे, आपल्याला भूतकाळ कधीही विसरता येत नाही. प्रत्येकाचा भूतकाळ असतो पक्का... मानेवर बसलेल्या भुतासारखा... पहाटे पडलेल्या स्वप्नासारखा... माझ्या स्वप्नात यायची चिमणीची घरटी... स्वप्नात यायचे राजवाडे... स्वप्नात यायचे पंख नि स्वप्नातच यायची विमानं. पण सकाळी सूर्याचं ऊन पडलं माझ्या घरट्यावर खूप प्रखर नि माझं मेणाचं घर गेलं वितळून. त्याची झाली वाफ... पहाटे पडलेल्या दवासारखी... आणि माझ्या हाती राहिली फक्त आठवणींची सकाळ...

[स्तब्धता.]

पुरुष : भावनेचा माझ्यावर परिणाम होत नाही. माझा भूतकाळ मी गमावलाय. मला स्वप्नंच पडत नाहीत. पहाटेची तर नाहीच नाही. मी सगळं विसरलोय. माझं घर, माझी माणसं, माझी बाग, माझे पत्ते... सगळं! मला काही आठवत नाही. आठवतीय ती फक्त सकाळ झाल्यानंतर न चुकता येणारी रात्र.

स्त्री : (अखेरचा प्रयत्न) तुला मिठी मारावीशी वाटते मला– घट्ट मिठी. जीव गुदमरवून टाकणारी मिठी.

पुरुष : (शांतपणे) मला वाटतं, मी तो आहे हे सिद्ध होईपर्यंत थांबलेलं बरं!

स्त्री : आणि तू तो ठरलास तर?

पुरुष : (एकदम) तर, मी तुला मिठी मारणार नाही. मला माझ्या भावाच्या बायकोवर प्रेम करायचं नाही– जर मी तो ठरलो, तर म्हणतोय मी.

स्त्री : वेडा! अगदी वेडा! मी पुन्हा सांगते. विश्वास ठेव माझ्यावर. माणसाला भूतकाळ विसरता येत नाही– तू माझ्यावर...

पुरुष : (शांतपणे) माझी स्मरणशक्तीच नाहीशी झाली आहे. मला काही आठवत नाही.

[अंधार. काही वेळ उजेड येईपर्यंत वरील वाक्य घुमत राहते. प्रकाश. दोघे जण सुरुवातीला होते त्याप्रमाणे खुर्च्यांवर बसलेले. नंतर खुर्च्यांवरील प्रकाश थोडा कमी होतो. आणि खुर्चीच्या पुढे एक व खुर्चीच्या विरुद्ध बाजूच्या स्टेजवर एक, असे एकूण दोन प्रकाशझोत पडतात. स्त्री खुर्चीजवळच्या व पुरुष दूरच्या प्रकाशझोतात जाऊन उभे राहतात. वरील हालचाली होईपर्यंत 'माझी स्मरणशक्तीच नाहीशी झाली आहे' हे वाक्य घुमत राहते.]

पुरुष : दॅट्स राईट! माझी स्मरणशक्तीच नाहीशी झाली आहे. माझं तारुण्य विसरण्याला आज बरीच वर्षं झाली. मी चाळिशीकडे चाललोय. मला आता एकट्यालाच जाऊ दे. माझा प्रवास किती लांब, ते मला माहीत नाही. वाळवंट तुडवू दे मला एकट्याला. मला ओॲसिस नको. त्यातलं पाणी आटून जाईल. त्याचं होईल एक मोठं मृगजळ आणि मी... मी.... पाणी न पिताच मरेन. मला एकट्यालाच गेलं पाहिजे.

[स्तब्धता.]

सुदैवानं मला माझा भूतकाळ विसरण्याची संधी मिळालीय. फार-फार क्वचित अशी संधी येते माणसाच्या वाट्याला. जेव्हा स्मरणशक्ती होती, तेव्हा मी पाहिलं... नको ते. ह्या...

ह्या राजघराण्याची दांभिकता पाहिली... ह्या राजघराण्यातल्या चेटक्या पाहिल्या आणि राजवाड्याला लागलेल्या जळवाही पाहिल्या. काढायला गेलो मी जळवा, पण शोषलं गेलं माझंच रक्त! चिकटलेल्या जळवा निघेपर्यंत गेली होती माझी स्मृती. ह्या अब्रूचा मला उबग आला. रान माजायला लागलं. पत्ते कोसळायला लागले... भिकारी... तेसुद्धा राजघराण्यातले. मला पुन्हा भिकाऱ्यांच्यात जायचं नाही. मला माझ्या नाहीशा झालेल्या स्मृतीचा उपभोग घेऊ दे. तुम्ही आड येऊ नका.

[स्तब्धता.]

अजून सगळ्या गोष्टी मी विसरलो नाही. खूप गोष्टी विसरा-वयाच्या आहेत. मी तुझ्यावर...

[ती डोळ्यांत प्राण आणून त्याच्याकडे बघते.]

नाहीऽऽ नाहीऽ मला पूर्वीचं काही आठवत नाही. स्मृतिभ्रष्ट प्रियकर... माझी स्मृती नाहीशी झाली आहे.

[पुरुषावरील प्रकाशझोत एकदम जातो. पुरुष विंगेमध्ये निघून जातो. उरते फक्त स्त्री. तिला खूप रडायचे आहे, पण हुंदका फुटत नाही.]

स्त्री : माझा डाव सुरू झाला..... भिकार-सावकारसुद्धा नाही... 'पेशन्स'चा... मीच बांधणार बंगले, मीच पाडणार बंगले... माझे पत्ते मीच दिसणार...

[एकेक हुंदका बाहेर पडतो. प्रकाशझोत जातो. रडत असतानाच ती पुरुष गेला त्याच्याविरुद्ध दिशेला जाते. खुर्च्या फक्त उरतात. कुठे तरी संगीत सुरू होते. एका बाजूने राजघराण्यातील एक वयस्कर नोकर येतो. हातातील मोठ्या मळखाऊ रंगाच्या चादरीने खुर्च्या झाकून टाकतो. तो निघून जातो. खुर्च्यांवरील प्रकाश मोठा होत असतानाच संथपणे-]

पडदा.

भजन

[एका मध्यम प्रतीच्या हॉटेलसमोरील अंगण. पाठीमागे हॉटेलची इमारत अस्पष्ट दिसत आहे. पाच-सहा टेबले दिसतात. कोपऱ्यात एक लाकडी चौथरा. संध्याकाळची वेळ. मलूल वातावरण. रहदारीचा आवाज येत राहतो. खाकी अर्धी चड्डी घातलेला एक पोऱ्या फरशी पुसत आहे. एक माणूस आत येतो. अनवाणी, नाइट लेंगा अन् वर खाकी हाफशर्ट घातलेला. हातात एक-दोन अंगठ्या. टेबलापाशी बसतो. वेटर पाणी व चहा आणून ठेवतो, त्याचबरोबर एक सिगारेट पण. इकडे-तिकडे पाहतो, पण आजूबाजूला कोणीच नसते. एक तरुण प्रवेश करतो. कॉलेजमधला, भडक कपडे घातलेला. पहिल्या माणसाला बघितल्यावर कपाळाला आठ्या. रहदारीचा आवाज कमी होत जातो.]

पहिला माणूस: येऽ ये चिंत्या, बस. अजून कोणीच आलेलं दिसत नाही.

[चिंत्या अनिच्छेने बसतो. वेटर सिगारेट आणून देतो. पहिला माणूस करंट देतो. दोघे जण झुरका मारतात. फक्त दोघांवर प्रकाश.]

बरं झालं, आलास. हॉट न्यूज आहे. कालच बॉबेला माल पकडला. चार लाखांचा. किती? चार लाख! म्हणून मी बरोबर काही आणलेलं नाहीये. उगाच मागे पोलीस लागले, तर वांधा! कारण परवाच सी. आय. ए.च्या एजंटला भेटलो. पैशांवरून बिनसलं सालं! नाही तर स्टेट्स चुकत नव्हतं!

चिंत्या : (वेटरला) बुवाऽ ओ बुवाऽऽ एक सिंगल.

पहिला माणूस : कोंबड्या!

चिंत्या : कोंबड्या?

पहिला माणूस : हो चिंत्या, कोंबड्या. हल्ली कोंबड्यांना फार चांगले दिवस आलेत, म्हणून पोल्ट्री सुरू करतोय. पाचशे लेगहॉर्न घ्यायच्या, पाचशे. सरकारी कॉंट्रॅक्ट मिळतंय. शिवाय लोनसुद्धा. चार लाख देतायत, पण मी दोनच घेणार आहे. च्यायलाऽ उगाच वांधा नको. अंडी मात्र चिक्कार मिळतील. आपलं सकस अन्न खाऊ थोडे दिवस. (हसतो.) लेथ पण टाकतोय एक तारखेपासून. टेल्कोला नट आणि बोल्ट्स पुरवायचे. मी त्यांना साफ सांगितलं. म्हटलं, माल बघा आणि मग पैशाचं ठरवा. नाही तर त्या अग्रवालसारखं व्हायचं. हजार नट डायमीटरला कमी निघाले. टेल्कोचा मॅनेजर बोंबलत होता. स्कूटरचं वर्कशॉप टाकायचं पण मनात आहे. सालं, हल्ली स्कूटर्स कुणी नीट रिपेअरच करत नाही.

चिंत्या : तू हेलिकॉप्टर का नाही घेत भडकमकर?

भडकमकर : हेलिकॉप्टर?

चिंत्या : हो! कारण इतका सगळा व्याप सांभाळायचा!

भडकमकर : नको, सध्या नको.

चिंत्या : घे रे, घे. त्यात काय एवढं?

भडकमकर : नको रे. खरंच सध्या जरुरी नाही हेलिकॉप्टरची.

चिंत्या : बघ बुवा! तुझाच त्रास वाचावा म्हणून सांगतोय!

भडकमकर : सध्या एक ब्युक मिळतीय अमेरिकन एम्बसीकडून. पण तुला सांगू? ह्या एम्बसीवाल्यांचं काही खरं नाही बघ! माझा एक दोस्त आहे शहा म्हणून. ब्रिटिश कौन्सिलमध्ये नोकरीला होता. मिळायचे बाराशेच, पण नोकरीची शाश्वती होती. साहेब पैसा कमी देईल, पण सोडायला लावणार नाही हो! ती सोडून हा शहा दिल्लीला स्टेट्सच्या एम्बीसीत गेला. एका महिन्यात हाकलला. आता बसलाय बोंबलत... पण सध्या आपली अँबॅसिडरच घेतोय. नवं मॉडेल येतंय.

चिंत्या : चाकं किती आहेत?

भडकमकर : काय साला, थट्टा करतो काय? पण मला तो स्टेपनी मात्र

एक एक्स्ट्रा देणाराय. अरे, एजंट आपका दोस्त आहे चिंत्या. (हसतो)
[स्टेज उजळते. सर्व हॉटेल निरनिराळ्या माणसांनी भरलेले आहे. बहुतेक कॉलेजविद्यार्थी. गजबज वाढते. एखादे टेबल रिकामे. सिगरेटच्या धुरामुळे झालेले कुंद वातावरण. एक तरुण येतो. त्याला पाहून चिंत्या उठतो. भडकमकर चहाचे पैसे देऊन निघून जातो. चिंत्या व त्याचा मित्र बोलत टेबलापाशी बसतात.]

चिंत्या : भडव्याऽ कुठे होतास? दहा मिनिटं त्या भडकमकरचं भंकस ऐकावं लागलं! च्यायलाऽ इतक्या लांबून आम्ही सायकलवर घासत इथे येतो आणि इथे फक्त साला भडकमकर!

चिंत्या : काय करणार? सालं, बाईनं सोडलंच नाही! मी म्हटलं, कॅल्क्युलेशन करून सबमिट उद्या करतो, तर नाही म्हणाली साली! बाहेर तिचा नवरा स्कूटरवरून कोकलत होता, त्याला-देखील तसाच बोंबलत बसवला! साली पोरांना लवकर सोडत नाही; नवऱ्याचे तर हाल करत असेल!

चिंत्या : बाकीची जनता कुठाय?

चिंत्या : कुणास ठाऊक! पक्या रेसेसमधे भेटला होता. संध्याकाळी येतो म्हणाला. चला, बिडी मारावी बुवा! दोन विल्स.
[बुवा विल्स घेऊन येतो.]
बुवा, काल क्लोजला किती होता?

बुवा : (शांतपणे) मेंढी.

चिंत्या : हं, हे घ्या. (पैसे देतो.) तिर्रीवर लावा. जाताना रिसीट द्या. साला, ह्या आठवड्यात एकदा तरी लागला पाहिजे! पैशाचे फार राडे झालेत!
[सिगारेट पेटवतात. पम्या येतो.]

चिंत्या : या! ही काय यायची वेळ आहे हो रे चुत्तड? उशीर करायला हे काय घर आहे?

पम्या : च्यायलाऽ तुमचं आपलं बरंय! प्रॅक्टिकलची लाइन नाही! आमची मारली आज!

चिंत्या : कुणी?

पम्या : डेमॉन्स्ट्रेटरनी! दुसरं कोण मारणाराय? ओरल घेतली भडव्यानी- नेमकी आज! शेवटी म्हणाला, सायन्सला कशाला आला? डोकं भडकून घरी गेलो! सॉलिड वाजवावाजवी झाली!

[दिवे मंद होतात. चौथऱ्यावर प्रकाश. पम्याची आई एका पाटावर वाती वळत बसली आहे. पम्या येतो.]

पम्या : खायला काय आहे?

आई : आधी पुरता घरात ये, मग विचार!

पम्या : लवकर दे खायला! भूक लागलीय!

आई : अरे, आता काय दारात ताट वाढून आणू का? हात-पाय धुऊन ये, तोवर वाढते.

पम्या : मग धुईन, आधी खायला दे. काय आहे?

आई : शिकरण देते करून, तोवर हात-पाय धुऊन ये. सायन्सचा विद्यार्थी तू! जरा तरी स्वच्छता पाळावी.

पम्या : आयलाऽ काय कटकट आहे! (चडफडत हात-पाय धुऊन येतो.) शिकरण नको मला, दुसरं काही तरी दे. सकाळ-संध्याकाळ शिकरण खाऊन वैताग आलाय!

आई : मग रोज उठून करायचं तरी काय? कालच पोहे झाले.

पम्या : खिचडी कर.

आई : उद्या चतुर्थी आहे, तेव्हा व्हायचीच आहे. शिवाय दाण्याचा कूट पण संपलाय.

पम्या : मी करून देतो.

आई : साबुदाणा भिजायला वेळ लागतो.

पम्या : लागू दे.

आई : बघ- घटकेत म्हणतोस, आत्ताच्या आत्ता खायला दे नि आता म्हणतोस, साबुदाणा भिजेपर्यंत थांबतो म्हणून! सुषमानं नाही शिकरण-पोळी खाल्ली? आंब्याचं लोणचं आलंय खालच्या पाटणकरांकडून, ते देते. एवढी मोठी झालात तुम्ही! खाण्यावरून कसला वाद घालतोस?

पम्या : मला शिकरण नको, साखरआंबा आहे का? का त्याला वास येतोय?

आई : वास कसा येईल इतक्यात? हा बघ, सकाळीच काढलाय.

पम्या : सकाळी केव्हा काढला? आम्हाला नाही वाढला जेवताना?

आई : अरे, दुपारी सुमनताई आली अचानक, तुम्ही कॉलेजमध्ये गेल्यावर. ऐन वेळी दुसरं काय गोड करणार?
[खायला वाढते. तो सुरुवात करतो. हातात वर्तमानपत्र.]
खाताना वाचू नकोस.

पम्या : मी वाचणार! काही घास नाकात जात नाही माझ्या!

आई : मग वाच! अजून दोन पुस्तकं घे जोडीला! काही सांगायला गेलं की टांगायला नेता तुम्ही मुलं!
[स्तब्धता.]
पटवर्धनांकडील अक्षत येऊन गेली. सोमवारी लग्नाला आणि जेवायला बोलावलंय सगळ्यांना.

पम्या : मी जाणार नाही! गेलो तर फक्त रिसेप्शनला जाईन. लग्न बोअर होतं मला.

आई : अरे, पण हे रागावतील. शिवाय त्यांनी पण बजावलंय, मुलांना पाठवा म्हणून.

पम्या : आम्ही काही लहान नाही आता! सुषमाला पाठव हवं तर! लग्नाला बोलावलं नसतं तरी आदल्या दिवसापासनं गेली असती ती मिरवायला!

आई : न जायला झालंय काय तुला? ह्यांचे जुने मित्र आहेत ते.

पम्या : असतील! माझा काय संबंध त्याच्याशी? तुमचे मित्र आहेत, तुम्ही जा! मी कशाला? आम्ही सांगतो का तुम्हाला आमच्या मित्रांकडे जायला?

आई : अरे, पण अशी पद्धत असते जाण्याची.

पम्या : पद्धत गेली खड्ड्यात! मला जायचं नाही.

आई : मी सांगायचं काम केलं; हे रागावले तर मला सांगू नकोस!

पम्या : त्यांनासुद्धा मी हेच सांगेन! लग्नात मला कंटाळा येतो. काही हाकलून देणार नाहीत मला, गेलो नाही तर! मला तूप वाढ–

आई : तूप संपलंय.

पम्या : मग डालडा वाढ!

आई : एक दिवस तरी खा की पोळी तुपाशिवाय! घशाला टोचणार नाही! डालडाशी का कुणी पोळी खातं?

पम्या : मग पोळी दिलीस कशाला? आधी सांगितलं असतं, तर खाल्ली नसती!

आई : चुकलं बाबा, चुकलं! तुला जे खायचं असेल, ते खा! मी चालले. जाताना तेवढा डबा नेऊन ठेव दिवेकरांकडे लोण्यासाठी. उद्यापर्यंत मिळेल.

पम्या : सुशीला सांग; मी नाही जाणार! प्रत्येक वेळेस मीच तर जातो!

आई : आणि खातं कोण?

पम्या : हे बघ, खाण्यावरून बोलत जाऊ नकोस. नसेल तर नाही म्हणून सांगत जा! रोज उठून वाजवावाजवी! एक वेळ शांतपणे जात नाही! झालं माझं!

[निघून जातो. आई ताटली उचलू लागते. दिवे मंद होतात. पुन्हा हॉटेलावर प्रकाश.]

पम्या : तो- हा दिसत नाही रे कुठे?

चिंत्या : कोण?

पम्या : आपला रिसबुड?

चिंत्या : बस का? तुम्हास माहितीच नाही का त्याची गोची? तो त्या-हिला फिरवतो ना!

पम्या : रिशा फिरवतो? कुणाला?

चिंत्या : आशा खांडेकरला.

पम्या : च्यायलाऽ! त्याच्या पण गबद्यात तुंबा का शेवटी? इतकं मरतमढं ते! त्यांनी कसं ठरवलं?

चिंत्या : तो कसला बोडक्याचा ठरवतोय! ती त्याला दाद देतेय होय? मायंदाळ चालू साली! आडनावावरून जाऊ नकोस; शाळेपासून धंदे चालू! आमच्याच शाळेत होती. बाप मेलेला, आई शाळेत मास्तरीण. हेडमास्तर बोलणार कुणाला? पोरगी पोराबरोबर जायची आणि आई हेडमास्तराबरोबर! अख्ख्या शाळेत प्रसिद्ध होतं प्रकरण. शेवटी सोसायटीनं हेडमास्तरांची बदली केली. सगळेच चालू साले!

पम्या : ते यडं रिसबुड आमच्या वर्गात होतं! शाळेत असताना एका वर्षी मास्तरांनी त्याला सद्वर्तनाबद्दल बक्षीससुद्धा दिलं होतं! जे खाली मान घालून बसायचं ते बोर्डाकडेसुद्धा बघायचं नाही. डोळ्याला अगदी गारगोट्यांचा चष्मा असायचा. मला वाटतं, तीच त्याला फिरवत असेल! तिच्या स्टेपन्या मोप आहेत!

(हसतात.)

बघा, बघा- चिंतामण बळवंत जोशी, सगळे ठरवायला लागले आणि आपले हात ही मेरे साथी! तुला खरं सांगतो चिंत्या, रिसबुड असं करेल असं झ्याट वाटलं नव्हतं!

चिंत्या : अरे, काय केलंय अजून त्यानी? नुसता फिरवतोय! फिरवू देत! मघापासून च्यायला, त्या रिसबुडाचा पीळ चाललाय! तू गाठ की एखादी!

पम्या : बोंबला! आम्ही काय गाठणार?

चिंत्या : का? तुम्हाला काय मंगळ आहे का?

पम्या : करा च्यायला, टिंगल करा आमची. आम्ही काय ठरवणार? त्या आशाचा बाप पैसेवाला आहे. भडव्याकडे कारसुद्धा आहे! आम्ही ठरवलं तर, काय सायकलीवर डबलसीट जाणार? साला, इथे बसून आपण चहाशिवाय काही घेतसुद्धा नाही! मी तर मला वाटतं, महिन्यापूर्वी डोसा खाल्ला होता. आपण असेच खंगणार!

चिंत्या : त्याला झेपायची नाही खांडेकर! पहिल्या बाळंतपणातच सुटेल साली!

पम्या : बघा- आता कोण पीळ काढतंय? आम्ही बोललो की पीळ काय!

चिंत्या : च्यायला! तो लग्न करेल, नाही तर नुसती ठोकेल; करायचंय काय आपल्याला? तो रिसबुड आला म्हणजे त्याचा घ्या इंटरव्ह्यू! विचारा त्याला- कुठं जाता, काय करता आणि कसं करता म्हणून! उगाच वात साला! बरं, ते मरू दे. मला काय सांगायचं होतं बरं? हंऽ अरे, काल एक सॉलिड पिक्चर पाहिला. अजून दोन दिवस आहे. जरूर बघा.

पम्या : कुठला रे?

चिंत्या : 'बिग बाउन्स'. दोन कॉलेजमधली पोरं असतात...

पम्या : दोन्ही पोरंच? का एक पोरगा आणि एक पोरगी?

चिंत्या : च्यायलाऽ पुरतं बोलू दे की! एक पोरगा आणि एक पोरगी. काही वेळा बोअर होतो, पण एक सीन बुलेट आहे! आपण तर चकनाच झालो! पोरगा पोरीला घेऊन बीचवर जातो, पोहायला. दोघे कपडे काढतात आणि नागडे पळत पाण्यात जातात. अरेऽ पळतात म्हणजे काय पळतात! जबरदस्त! आपण फार खूष! इतक्या निर्लज्जपणे पळतात! मागे जबरदस्त म्युझिक. आपण तर टाळ्या वाजवल्या! म्युझिक तर सालं अति उच्च आहे.

पम्या : नागडे पळतात का? बघितला पाहिजे! किती दिवस आहे?

चिंत्या : अजून दोन दिवस म्हणून सांगितलं त्यांनी.

पम्या : ते इंजिनिअर अजून आले नाहीत!

चिंत्या : हो, बरेच दिवसांत बघितलं नाही त्याला.

पम्या : बघा! आपण म्हणायला आणि फडके यायला एक गाठ! ते बघ कसा रस्ता ओलांडतंय! खंग्रं, मरायचं एखाद्या दिवशी!
[फडके येतो. आल्यावर सिगारेटचा झुरका घेतो.]
काय फडके, सर्व कुशल आहे ना?

फडके : झ्याटाचं कुशल! मास्तरनी मारली आमची! ओरल दर शनिवारी असते, ती आजच घेतली भडव्यानी! म्हणाला, आजच घेतो. म्हटलं, घेतो काय? अंऽ घेतो काय? माझी शून्य तयारी! पार मुडदा झाला माझा! साला, दिवसभर पारशी पोरीची मारतो आणि उरलेला वेळ आमची! आत गेलो ओरलला तर हा चुत्या तंगड्या टेबलावर टाकून बसलेला!
[चौथऱ्यावर प्रकाश. सर बसलेले दिसतात. हातात सिगारेट आणि सँडविच. फडके चौथऱ्यावर येतो. फक्त दोघांवर प्रकाश.]

सर : काय फडके, कसं काय?

फडके : (अवघडलेला) ठीक आहे. ("म्हणणार होतो, भडव्याऽ जरा सर्दी झालीय, तुझा रुमाल देतोस का म्हणून!")

सर : बसा ना, बसा.

फडके : थँक यू सर.

सर : तुमच्या डोक्यावर काय आहे फडके?

फडके : अं? काय सर?

सर : तुमच्या डोक्यावर काय आहे?

फडके : (''च्यायला, मी चकनाच झालो! मला कळेना, मास्तर असं काय करतोय! एफ. ई.ची ओरल आणि प्रश्न काय, तर बोडक्यावर काय आहे? मला थाड्कन तोंडात मारावीशी वाटली!'') केस सर.

[सर मोठ्यांदा हसतात. फडके अधिकच अवघडतो.]

सर : ते नाही, डोक्यापासून जरा वर.

फडके : छत आहे.

सर : आणि छताखाली?

फडके : (''च्यायला, काय चाललंय काय! मला काही समजेना! माझ्या खिट्ट्याच उडाल्या! हे कसं झालं, तर हागलास कुठे? कुंपणाजवळ. कुंपण कुठे? हागलो तिथे. दोन्ही कुठे? तर जवळजवळ.'')

सर : असं काय करता? तुम्हाला तुमच्या डोक्यापासून जरा वर आणि छतापासून जरा खाली टांगलेला दिवा दिसतो?

फडके : (मोठ्याने) होऽऽ (मग घाबरून) हो, दिसतो ना!

सर : नाऊ टेल मी मि. फडके, व्हेदर दॅट बल्ब इज इन सीरीज ऑर पॅरलल?

[फडके गप्प. अस्वस्थ.]

यू डोंट नो द आन्सर?

फडके : यस सर... नो सर.

सर : फडके, तुमच्या घरचं कसं आहे?

फडके : बरंय सर.

सर : दोन वर्षांत व्हाल एफ. ई.! आपल्याला कुठे घाई आहे! काय?

[सगळे हसतात. प्रकाश पूर्ववत्. दुसऱ्या टेबलावर प्रकाशझोत पडतो.]

परम्या : तुमचं बरंय, हा सेट लौकरच संपणार. आम्ही च्यायला

रविवारीसुद्धा कुथणार!

आंबेकर : मागच्या सेटला आम्ही रखडलो होतो ना! मला ह्या वर्षी फार वात येतो. माझी पार्टनर माठ आहे, माठ! सालीच्या टाळक्यात काही जातच नाही! कॅल्क्युलेशन्स झाट येत नाहीत. साधे लॉग्जदेखील चुकते! शीटवर सटवीला सी कधीच मिळत नाही! कायम आयएनसी!.. तुम्ही काल काय मॅटिनी टाकला वाटतं? मास्तर बोंबलत होता तुमच्या नावानं!

परम्या : हो, आम्ही मॅटिनीला गेलो होतो. आमच्या बॅचचे बारा जण होते.

आंबेकर : काल मास्तरनी सेल डिव्हिजनच्या स्लाईड्स दाखवल्या. उद्यापासून इव्होल्युशन घेणार आहे.

परम्या : हो, सालाऽ उगाच पाहिला पिक्चर. तुझ्या फिगर्स दे मला. आणि केमिस्ट्रीला काय झालं?

आंबेकर : पिरियॉडिक टेबल संपवलं.

परम्या : आपल्याला फार वात आहे, नाही? आंब्या, मॅथ्स सालं दोनशे मार्कांचं केलंय भडव्यांनी! सालं, आपण जाऊ त्या वर्षी सिलॅबस बदलतं!

आंबेकर : आणि पुढल्या वर्षी तरी काय रे? यंदा मेडिकलची ॲडमिशन सेव्हंटीला क्लोज झाली. आपण ए ग्रुप घेणार. झगझग नको! बेकार तर बेकार. इंजिनिअर तर होऊ! इतके जण काय मूर्ख म्हणून जातात?
[स्तब्धता.]

परम्या : मी कुठंच जाणार नाही; सरळ बी. एस्सी. होणार आणि पाट्या टाकणार! आधीच आम्ही माठ! इंजिनिअरिंग वगैरे आपल्याला झेपायचं नाही. तुमचं बरंय आंबेकर, घरचं बरं आहे. आम्हाला पाच बहिणी आहेत, पाच! त्यांची लग्नं, हुंडा... हॅ! सालं, सगळं आयुष्य हुंडा फेडण्यात जाणार!

आंबेकर : आमचं काय बरं आहे परम्या? दोन भाऊ आणि एक बहीण ॲट ए टाइम कॉलेजात. पैसे काय झ्याट पुरणार आहेत? वडिलांना पगार इतका भारी मिळतो की, स्कॉलरशिपमध्ये आणि

लोनच्या नियमात बसत नाही. सरकारी नोकरी म्हणजे बंडल-सर्टिफिकेटसुद्धा देता येत नाही! पैशाच्या नावानं आमच्या घरात सदैव आनंद! आई, बाबा सगळेच सदा वैतागलेले.

[फक्त चौथऱ्यावर प्रकाश. आई तणतणत असते.]

आई : बेबीऽ एऽ बेबेऽऽ ऊठ! मघापासून दहा वेळा हाक मारली! आठ-आठ वाजेपर्यंत लोळायला लाज नाही वाटत? उद्या सासरी जाऊन पडलीस, तर सासू शेण घालील तोंडात! वर पुन्हा आम्हाला शिव्या! एवढी घोडी वाढलीय, पण काडीची अक्कल नाही! घरात कामाच्या नावाने आनंद! स्वतःचं तरी लवकर आवरावं माणसानी, पण तेही नाही! आठाठ वाजेस्तोवर हालायचं नाही आणि मग बसायचं, कॉलेजला उशीर होतो म्हणून घाईत आवरत! सकाळी साडेसहापासून बंबाला आधण आलंय, पण अजून एकाची अंघोळ नाही! एकापेक्षा एक आळशी झालेत सगळे! वडीलसुद्धा तसलेच! रात्रभर पत्ते कुटायचे आणि उशिरा उठल्यावर सगळ्यांवर खेकसत फिरायचं! तुम्ही मुलं लहान होता तेव्हा जरा तरी धाकात होता, पण आता ऐकायचं नाव नाही अगदी! शाळेत असताना लवकर अंघोळीसाठी भांडत होता, हे कुणाला सांगितले तर आश्चर्य वाटेल! लवकर उठावं, अंघोळ करून अभ्यास करावा- तर ते नाही! देवाची पूजा तर राहू देच, पण साधा नमस्कार करायलासुद्धा हात झिजतात कार्ट्यांचे! खापराचं तोंड असतं माझं, तर एव्हाना फुटून गेलं असतं! मला तर घरात राहू नये असं वाटतं!

आंबेकर : (डोके पुशीत) मग माहेरी जा!

आई : वर तोंड करून बोलू नकोस आणखी!

आंबेकर : मला जेवायला जरा लवकर पाहिजे. प्रॅक्टिकल आज लवकर आहे.

आई : आत्ता वाढू का? बस.

आंबेकर : आत्ता नको. पण आधी सांगितलेलं बरं. नाही तर मागाहून म्हणशील, सांगितलं का नाही म्हणून! मागच्या वेळेस न जेवता जावं लागलं!

आई : मागच्या वेळचं जन्मभर उगाळा! एक दिवस उशीर झाला तर किती करता रे? आळशी आई भेटायला हवी होती, म्हणजे कळलं असतं! फार लाड केले ना तुमचे, तेच नडतंय आत्ता!

आंबेकर : आम्ही नव्हतो सांगायला आलो!

आई : चुकलं बाबा, चुकलं! आम्हीच मूर्ख म्हणून तुम्हाला वाढवलं! लहानपणीच बोर्डिंगात ठेवलं असतं, तर सुटलो असतो!

आंबेकर : तिघांना बोर्डिंग परवडलं नसतं तुम्हाला!

आई : बोल! प्रत्येकाचं प्रत्युत्तर द्या! एक शब्द खाली पाडून देऊ नकोस! वडिलांसमोर का नाही बोलत हे? तेव्हा तोंडात मिठाची गुळणी आणि आईच्या पदराला धरून! आईपुढे शूरवीर तुम्ही! काय पराक्रम गाजावायचेत ते कॉलेजात गाजवा की!

आंबेकर : आम्ही काय पराक्रम गाजवणार? तुमच्यासारखेच आम्ही मठ्ठ! आमच्या आई-वडिलांनी काय पराक्रम गाजवलेत, म्हणून आम्ही गाजवायचेत! जसं जमलं तसं आम्ही करतो आहोत! उगाच भंकस करू नकोस!

आई : हे बोलायचं तर वडलांसमोर का नाही बोलत? माझ्याशी एक शब्द बोलू नकोस!

आंबेकर : मी बोलत नव्हतो, तूच तणतणत होतीस!

आई : मी जोवर जिवंत आहे तोवर बोलणार! माझ्यामागे बदला काय बदलायचं ते! आई नसणारे आई नाही म्हणून रडतात; असणाऱ्यांना किंमत नाही! श्रीमंत आई-बापापोटी जन्माला यायला हवा होतास!

आंबेकर : आमच्या नशिबात तुम्ही होता ना! साला, रोज उठून वाद! वादाशिवाय एक दिवस जात नाही! झोपडपट्टी बरी, असल्या घरापेक्षा!

आई : चालायला लाग बाहेर! आधी दृष्टिआड हो माझ्या! नालायक! घर म्हणजे झोपडपट्टी वाटते काय? तुला थोडी तरी शरम वाटायला हवी बोलताना! हे येऊ दे, मग सांगते! संध्याकाळी घरात घेते का बघ! (तणतणत आत जाते.) [प्रकाश पुन्हा मगाच्याच टेबलावर केंद्रित होतो. काही क्षण स्तब्धता.]

परम्या : अरे, आपली सरदेसाई आहे ना, तिने बॉब केला केसांचा.

आंबेकर : कोण? आपल्या वर्गातली? बिनडोक आहे साली! काय सॉलिड केस होते तिचे! पोटरीला लागायचे. मूर्ख आहे!

परम्या : नाही तर काय! कटिंग करायच्या अगोदर आम्हाला तरी विचारायचं.

आंबेकर : बापाला नसेल विचारलं स्वतःच्या, तर आपल्याला काय झ्याट विचारणार! परम्या, तिचा बाप पितो म्हणे खूप.

परम्या : खरंच? चल, बंडला नको मारूस. परवा तिला मोटारीतून सोडायला आला होता, तेव्हा सभ्य वाटला.

आंबेकर : कुणास ठाऊक! पण लोक म्हणतात बाबा. तिची आई पण बरी नाही. माझी मावशी आणि ती एकाच क्लबमध्ये जातात. ती सांगत होती.

परम्या : चेहऱ्यावरून तर काही वाटत नाही. लोक काय, काहीही बोलतात.

आंबेकर : हॅऽ! तिनं उगाच केस कापले! छान दिसायची, नाही रे?

[स्तब्धता.]

हॅऽ ह्या बायकांना काही कळत नाही बघ!

[स्तब्धता.]

परम्या : हे बघ, एक सांगतो. आईशी भांडत नको जाऊ. आया वैतागतात, पण साल्या चांगल्या असतात. आई नसली की फार वात येतो अंब्या. सालं हक्काचं माणूसच नाही रे आमच्या घरात. पाच बहिणींची कलकल डोकं उठवते. वडील काही वेळा परके वाटतात. आई नसली की फार रिकामं वाटतं!

[स्तब्धता]

आंबेकर : म्हणजे परम्या, तुझी आई...

परम्या : गेल्या- गेल्या वर्षी- टी. बी.नं... मॅट्रिकच्या परीक्षेआधी पंधरा दिवस-

[स्तब्धता. दुसऱ्या एका टेबलावर प्रकाश.]

देसाई : काय पाटणकर, जमतंय का कुठे?

पाटणकर : झ्याटाचं जमतंय! कालच जाऊन आलो ना इंटरव्ह्यूला, अगदी

पावडर-कुंकू करून!

देसाई : मग?

पाटणकर : मग काय? पुन्हा तीच प्लेट वाजवू? सकाळी दहा वाजता भडव्यांनी बोलावलं होतं. रिसेप्शनिस्ट म्हणाली, बसा. आम्ही बसलो. अकरा-बारा वाजले, तरी कॉल नाही. फ्लॉवरपॉट किती वेळ चिवडणार! पण रिसेप्शनिस्टचा प्रकार फार चांगला होता हं! निळा बेलबॉटम, बॉब, गोरीपान आणि कपड्यावर कापसाचे पुंजके लावले होते. बारा वाजता कंटाळून रिसेप्शनिस्टला झाप-झाप झापली. शेवटी बोलावलं साहेबानं. आम्ही अर्धा तास 'मी फार चांगला आहे' वगैरेच्या झांजा वाजवल्या. 'नंतर कळवू' म्हणाला. आम्ही रिसेप्शनिस्टचे टाळ आठवत घरी! साला, प्रत्येक जण एक्स्पिरियन्स कुठून आणणार? सगळी गोची झालीय साली! घरात पैसा नाही. वडील पुढच्या वर्षी रिटायर होतायत आणि आमच्या उषाला कालच देवांकडून होकार आलाय. उद्या बोलणी आहेत. आधीच च्यायलाऽ पसंत पडायची मारामार! त्यातून हुंड्यात बिनसलं म्हणजे बोंबला! वडलांचा थेरडा बॉस एक्सटेन्शन देत नाही म्हणतो. कर्ज काढायचं म्हटलं तर घरदेखील भाड्याचं. विम्याची पॉलिसीसुद्धा नाही आमच्याकडे. कर्ज काढणार कशावर? उषाला मिळून-मिळून किती पैसे मिळणार? साधी मॅट्रिक, एस. टी. सी. ती. तिच्या पगाराची सवय व्हायच्या आतच लग्न जमलेलं बरं. आम्हीच कधी नाही ते इंजिनिअर झालो नि जॉबच्या नावाने घंटा!

[स्तब्धता.]

देसाई : अरे, आपला मन्या आहे ना मन्या, त्यानं लेथ टाकला.

पाटणकर : न टाकायला झालं काय? बापाचं डबोलं आहे त्याच्या. कंपनीतून ऑर्डर्स मिळवून देत असेल. कुठला आहे?

देसाई : एचएमटीचा. सध्या अंगणातच शेड टाकलीय.

[बुवा येऊन उभा राहातो.]

काय रे, काय पाहिजे?

बुवा : (पाटणकरला उद्देशून) मालकांनी बोलावलंय.

पाटणकर : कशाला?

बुवा : माहीत नाही साहेब.

पाटणकर : मग विचारून ये भास्करला, काय पाहिजे ते.

बुवा : मागची बाकी साहेब.

पाटणकर : किती झाली?

बुवा : माहिती नाही. पण मालकांनी बोलावलंय साहेब.

पाटणकर : च्यायला, काही बुडवत नाही म्हणावं पैसे तुझे! मिळाल्यावर देईन म्हणावं! साले, आमच्या जीवावर हॉटेल चालवतात! पैसे थकले तर काही पळून जात नाही! पळून जायलासुद्धा पैसे नाहीत! भास्करला म्हणावं- नोकरी दे हॉटेलात एखादी, म्हणजे लवकर देतो पैसे! पैसे मागतोय! कधी दिले नव्हते का आत्तापर्यंत? जा!

[बुवा जातो. हॉटेलात वाढती गजबज. एक सोवळी म्हातारी हॉटेलात येते. विटके आलवण नेसलेली. बाजूला जमिनीवर बसते. पम्या, चिच्च्या, चिंत्या व इतर तिला बघतात.]

परम्या : बुवाऽ अहो बुवाऽ चहा द्या! तुमची प्रेयसी आलीय! अमृत पाजा तिला!

चिंत्या : अरे वा! छबुताई, तुम्ही? बरेच दिवसांनी आलात. या, या. छबुताई, काय, कसं काय? कुठे, प्रवचनाला जाऊन आला का?

छबुताई : नाही.

चिंत्या : मग?

छबुताई : मसणात जाऊन आले!

चिंत्या : कशाला?

छबुताई : माझ्या किती गवऱ्या गेल्या बघायला!

चिंत्या : असं होय, छान! एखाद्या कावळ्याशी पण ओळख करून ठेवा, म्हणजे पिंडाला लवकर शिवेल!

छबुताई : भोसडीच्याऽऽ टिंगल रे काय करतोस म्हातारीची? जा, बुवाला म्हणावं, चहा पाठवून दे.

चिंत्या : वा! चहाच का, बटाटेवडा खा की!

छबुताई : रांडेच्याऽ आम्हाला का काही खावंसं वाटत नाही? सगळं करावंसं वाटतं! पण आमचं हे, हे करून ठेवलंय, त्या परमेश्वरानं!

[बुवा चहा घेऊन छबुताईकडे येतो. चिंत्या परत मित्राबरोबर जाऊन बसतो. फक्त दोघांवर प्रकाश.]

छबुताई : काय बुवा, काय म्हणतोस?

बुवा : काही नाही. बरंय आजी.

छबुताई : तान्ह्या पोराचं कसं आहे आता?

बुवा : बरंय. पण अजून पोटात गुबारा धरतो. तुम्ही दिलेली मात्रा देतो मधून-मधून.

छबुताई : मधून-मधून काय, रोजच्या रोज द्यायला हवी. मुलखाचा वेंधळा तू. चहाचा हिशेबसुद्धा लक्षात राहात नाही तुझ्या. बायकोला सांग, हिंगाचं पाणी करून देत जा तान्ह्याला, म्हणजे गुबारा धरणार नाही.

[हॉटेलचा मालक आतून बुवाला कानडीत झापतो.]

जा बाबा, जा. तुझ्या तू कामाला लाग. तो भास्कर बोंबलायला लागलाय.

बुवा : बोंबलू देत! नेहमीचं आहे त्याचं! साला पैसे कमी देतो आणि मरेस्तोवर काम! अजून एक वेटर ठेव सांगितलं तर म्हणतो, तू गेल्यावर ठेवीन!

छबुताई : अरे, हो बाबा, मघापासून आठवत होते- आता आठवलं. नारायणबुवांनी तुला निरोप पाठवलाय की, शनिवारी रात्री साथीला येशील का म्हणून? त्यांचा तबलेवाला पडलाय आजारी. काळारामाच्या देवळात आहे कीर्तन. बिदागीचं काही मी विचारलं नाही. जायचे असले तर कळव, म्हणजे ते दुसऱ्याला शोधणार नाहीत.

बुवा : मला खूप जावंसं वाटतं आजी, पण तो भास्कर बसलाय ना उरावर आमच्या! कीर्तन कानडीत आहे म्हणून सांगितलं तरी सोडायचा नाही!

छबुताई : बघ बाबा, मी सांगायचं काम केलं. बरं, रात्री भजनाला आहेस ना?

बुवा : वा! आजवर कधी बुवाचं भजन चुकलाय का? बरंय, येतोय आजी- भास्कर बोंबलतोय!

[भास्कर आतून पुन्हा कानडीतून शिव्या देतो.]

चिंत्या : काय छबुताई, चाललात?

चिंच्या : गुडनाइट छबुताई!

फडके : आजी, आमच्या चौकात आज मंत्रजागर आहे मारुतीपुढे.

छबुताई : कुठंशी?

फडके : अहिल्यादेवी चौकात.

छबुताई : अरे, पण आज माझ्याकडे भजनाला लोक येतात. पुन्हा असलं म्हणजे सांग हो, येईन मी.

चिंत्या : छऽऽबूऽताऽऽऽई! बाय!

छबुताई : चूपऽऽ! रांडीच्यो! सोवळ्या बाईची टिंगल करता, होय रे? (जायला लागते. थबकते.) विसरलंच. अरे, बुवाला हाक मार जरा.

चिंत्या : बुवा, आजी बोलवतायत.

[बुवा येतो.]

छबुताई : अरे, गल्लीतल्या न्हाव्याला म्हणावं, सवडीनं येऊन जा.

बुवा : हो, सांगतो.

[छबुताई जातात. गजबज वाढते. भडकमकर तीरासारखा येतो.]

भडकमकर : चिंत्याऽ चिच्याऽ ग्रेट न्यूज!

[कोणीही त्याच्याकडे लक्ष देत नाही. गजबज सुरू आहे.]

बुवाऽ ए बुवाऽ इकडे ये लवकर.

बुवा : काय?

भडकमकर : बस इथे.

बुवा : मला वेळ नाही. आता घरी जा. आई वाट बघत असेल. (बुवा निघून जातो.)

भडकमकर : च्यायला, कुणीच कसं ऐकत नाही?

[चिंत्याला धरून आणून एका टेबलापाशी बसवतो. तो चरफडत बसतो.]

चिंत्या, ग्रेट न्यूज! चीफ मिनिस्टरचा फोन आला होता. त्यांना

डिफेन्स मिनिस्ट्रीनं कळवलंय की, मला लायसेन्स दिलं म्हणून!

चिंत्या : कसला?

भडकमकर: कारखाना काढतोय मी दारूगोळ्याचा. खडकीची फॅक्टरी फार अपुरी पडते, म्हणून सरकारानं मला दारूगोळ्याचा कारखाना काढण्याची परवानगी दिली. बायप्रॉडक्ट म्हणून मी पिस्तुलं तयार करणार आहे.

चिंत्या : शोभेची दारू?

भडकमकर : नाही रेऽ खरी! चिन्यांविरुद्ध वापरतात, तशी!

[स्तब्धता.]

चिंत्याऽ

चिंत्या : काय? झालं सांगून? जाऊ मी?

भडकमकर : तुला आनंद नाही झाला?

चिंत्या : नाही!

भडकमकर : नाही? भडव्या, पुन्हा बोल! नाही? मरतमढी तुम्ही साल्यो! तुम्हाला कसला आनंद होणार? कायम तुम्ही टिंगलच करणार दुसऱ्याची! गट्स नाही भडव्यो तुमच्या गांडीत!

[त्याचा आवाज वाढत जातो. सगळ्यांचे लक्ष हळूहळू त्याच्यावर केंद्रित होते. बुवा अस्वस्थ होतो.]

तुम्ही आजवर काय केलंत म्हणून तुम्हाला आनंद होणार? आता बघा, मी कारखाना टाकतो आणि सरकारवर जरब बसवतो- स्टेट्समधल्या माफियासारखी. अरे, तुम्हाला नोकऱ्या देतो, नोकऱ्या! पण आतापासूनच अर्ज करून ठेवा. अर्ज मात्र स्वतःच्या हस्ताक्षरात करा. कारण, मी स्टेट्समधून हँडरायटिंग-एक्सपर्ट आणणार आहे. तुम्हाला कारखान्यात नव्या नियमाप्रमाणे संप करण्यास बंदी. कारण, कारखाना अतिशय महत्त्वाचा आहे. योजना फार मोठी आहे. मी पेपरला देईनच. तूर्त फक्त पूर्वकल्पना देतोय. शहराचं जीवनच योजनेमुळे बदलून जाईल. (टेबलावर चढतो.) गल्ली-बोळ पाडून टाकून प्रत्येकाला छोटंसं घर मिळेल. घर फर्निश असेल. पंखा, शिवाय चोवीस तास पाणी. काय बुवा, येताय का? भास्करला सांगा- राजीनामा

दिला म्हणून.

बुवा : तू गप्प राहा बघू! गप्प राहा! आपल्याला भजनाला जायचंय.
[भडकमकर ऐकत नाही. बुवा निघून जातो.]

भडकमकर : अरे, तुमच्यासारख्या लोकांचीच राष्ट्राला गरज आहे, कारण त्यातच राष्ट्राचं हित आहे.
[सगळे टाळ्या वाजवतात. टाळ्यांची लय वाढत जाते. हॉटेलमधला प्रकाश मंद होत जातो. टाळ्यांच्या लयीमधून संथ भजनाची लय सुरू होते. चौथऱ्यावर मंद प्रकाश. छबुताई पाठमोऱ्या बसलेल्या दिसतात. विंगेत भजनीमंडळ आहे, अशी कल्पना. बुवा चौथऱ्यावर येतो. घाईघाईने छबुताईला काही तरी सांगतो.]

छबुताई : काय करावं ह्या कार्ट्याला! एवढा मोठा वाढलाय, पण समज काही अजून आली नाही! चल बाबा, चल.
[चौथरा अंधारात. टाळ्यांची लय. हॉटेल प्रकाशात. टाळ्या, शिट्या वाजत असतात. भडकमकर टेबलावर उभा असतो. काहीसा गोंधळलेला]

भडकमकर : आपण एक तारखेपासून सुरुवात करू.
[गडबड वाढते.]
ऐका माझं. असं करू नका. संपाला बंदी आहे. सरकारला कळलं, तर माझं लायसेन्स रद्द होईल. तुमच्या मागण्या मला कळवा. मी अवश्य विचार करीन.
[आरोळ्या वाढतात.]
मान्य आहे. मान्य आहेत मला तुमच्या मागण्या. अगदी रास्त आहेत. मानव हा अखेर स्खलनशील आहे. तुम्हाला भजनाला परवानगी आहे. कंपनी देऊळ बांधून द्यायला तयार आहे. विश्वास ठेवा माझ्यावर. शांत राहा.
[आरोळ्यांचा, टाळ्यांचा आवाज पराकोटीला पोचतो आणि भडकमकर खिशातून पिस्तुल बाहेर काढतो. शांतता.]
आता कसे गप्प झालात! शहाण्याला शब्दांचा मार असतो, पण तुम्हाला पिस्तुलच पाहिजे!

[मुले सगळी घाबरलेली आहेत. विलक्षण ताण निर्माण झालेला आहे.]

मुकाट्यानं संप मागे घ्या! घेता का नाही? माझ्याशी गाठ आहे, लक्षात ठेवा! माझे माफियाशीसुदा चांगले संबंध आहेत, याद राखा!

[बुवा आणि छबुताई येतात.]

छबुताई : अरे विनायका, काय चालवलंयस तू? घरी चल. किती वाट बघायची मी? अन्न सगळं निवून गेलं. आणि हे काय? हातात काय आहे? वेडा आहेस, वेडा! घरी चल. भजन सुरूसुद्धा झालंय.

भडकमकर : कंपनीनं देऊळ बांधून दिलेलं दिसतंय!

छबुताई : भ्रमिष्टासारखं करू नकोस, घरी चल!

[भडकमकर बराच निवलेला बघून बुवा पिस्तुल काढून घेतो. छबुताई भडकमकराला घेऊन जातात. मुले पांगतात. टेबले वेडीवाकडी पडलेली. चौथऱ्यावर मंद प्रकाश. भजनाची लय तारस्वरात.]

पडदा.

सामना

[स्टेजवर खूप पायऱ्या दिसतात. हे क्रिकेट स्टेडियम आहे. मध्यापासून एका बाजूला दोन लाकडी खुर्च्या. बाकीचे स्टेज रिकामे. आसपास खूप माणसे बसली आहेत, अशी कल्पना. मधून-मधून त्यांचे आवाज येतात. समोर मॅच चालू आहे. एका खुर्चीवर एक म्हातारा बसला आहे- म्हातारा १. खूप गोंगाट, हळूहळू शांतता. दुसरा एक म्हातारा येतो. खुर्चीवर बसतो- म्हातारा २.]

म्हातारा १: या! आलात का?

म्हातारा २ : हो, पण आज कालच्यापेक्षा उशीर झाला.

[स्तब्धता.]

म्हातारा १: गारठा आहे आज.

म्हातारा २ : काही म्हणालात तुम्ही?

म्हातारा १: हो. गारठा आहे म्हटलं खूप आज!

म्हातारा २ : तर! खूप गारठा! आत्ता दहा वाजून गेलेत तरी अजून थंडी गेली नाही.

म्हातारा १: हो ना! दोन-दोन स्वेटर घालावे लागताहेत. एका स्वेटरनं मुळी भागतच नाही. तुम्ही घालता की नाही स्वेटर?

म्हातारा २ : आज मी एकच घातलाय, पण कधी कधी कोट घालतो मी वरून आणि मफलर गुंडाळतो. मग बघायला नको. थंडी म्हणून वाजायची नाही.

[स्तब्धता.]

म्हातारा १: थंडीत धुकं पडतं सकाळी नेहमी. मला खिडकीतून दिसतच नाही समोरची टेकडी. ह्या धुक्यामुळे अगदी चष्मा लावला तरीदेखील

नाही. तसा मला मोतिबिंदू वगैरे नाही हं! पण धुक्यातून दिसतच नाही.

म्हातारा २ : तुम्ही टेकडीजवळ राहता वाटतं? मजा आहे तुमची.
[स्तब्धता.]

म्हातारा १: तुम्हाला दिसतं की नाही?

म्हातारा २ : काय?

म्हातारा १: धुक्यातून पलीकडचं?

म्हातारा २ : अहो, वेडे की काय तुम्ही! धुक्यातून पलीकडचं कसं दिसेल? पण आज धुकं नाहीये, ते बरंय! नाही तर मॅच दिसली नसती. तरी पण आज आपल्याला खुर्च्या जरा मागच्याच मिळाल्या, नाही का?
[स्तब्धता.]
उशीर झाला हो मला घरून निघायला. शेवटी मुलानं मला आणून सोडलं मोटारीतून. सूनबाईचा स्वयंपाक लवकर झाला नाही, म्हणून जेवायला उशीर. बाकी, ती तरी काय करणार म्हणा? स्वयंपाकाची एक बाई टिकत नाही आमच्या हिच्या तोंडामुळे! सगळा भार सूनबाईवर पडतो. ह्या बसतात जाऊन देवळात टाळ कुटीत! आमचा एक संसार झाला, पण सूनबाईला मदत करायला नको का घरी? पण सांगणार कोण? सारखं आपलं देऊळ-देऊळ! तरी बरं, सगळं दिलंय त्यांनी. कशाला म्हणून कमी केलं नाही. तरी पण मंडळींचं तोंड चालूच. नाही म्हणायला नातवंडांना तेवढ्या सांभाळतात. पण ती पण आता लहान नाहीत. थोरल्याची मुंज केली पाहिजे ह्या मे महिन्यात.
[स्तब्धता.]
सूनबाईंनी आज मला डबा दिलाय लंचमधे खायला. म्हणाली, 'बाहेरचं खात जाऊ नका. सोसत नाही तुम्हाला.' तुम्ही नाही वाटतं आणला?

म्हातारा १: काय?

म्हातारा २ : डबा!

म्हातारा १: डबा?

म्हातारा २ : हो, डबा.

म्हातारा १: कसला डबा म्हणालात तुम्ही?

म्हातारा २ : खायला! लंचमध्ये.

[स्तब्धता.]

म्हातारा १: दुर्बीण.

म्हातारा २ : अंऽऽ काही म्हणालात तुम्ही?

म्हातारा १: हो. आज मी दुर्बीण आणलीय! म्हणजे काय की, मॅच चांगली बघता येईल आपल्याला. आजचा मॅचचा शेवटचा दिवस. चांगली रंगणार असं दिसतंय. म्हणून मुद्दाम घेऊन आलोय- दुर्बीण.

म्हातारा २ : अरे वा! दुर्बीण आणलीत का? चला, बरं झालं. बघू- बघू मला. (दुर्बीण हातात घेतो.) हल्ली मला नीट दिसतही नाही. घरात एखादी दुर्बीण असलेली बरी. मी पण सांगेन मुलाला दुर्बीण आणून द्यायला. एकदा आणली म्हणजे कायमची वस्तू होते घरात. युद्धाच्या पूर्वी खूप स्वस्त मिळायच्या असल्या दुर्बिणी. तुम्हाला कोणी आणून दिली दुर्बीण? मुलांनी?

म्हातारा १: दुर्बिणीला दोन भिंगं असतात, बरं का! (हातात दुर्बीण घेतो.) ह्या बाजूनं बघितलं तर लांबचा माणूस अगदी शेजारी बसल्यासारखा वाटतो आणि दुसऱ्या बाजूनं बघितलं तर अगदी जवळचा माणूसदेखील खूप लांब गेल्यासारखा वाटतो. अगदी एकटा पडतो. धुक्यात अडकलाय, असं वाटतं. आणि आपल्याला माहिती आहे की, धुक्यातून पलीकडचं काही दिसत नाही. आता दुर्बीण समजा आपण काढून टाकली, तरी जवळचा माणूस दिसत नाही. कारण नाही म्हटलं तरी थोडं का होईना, पण धुकं असतंच की दोघांच्या मधे-

[स्तब्धता]

म्हातारा २ : अरेच्या! अजून अंपायर्स आले नाहीत वाटतं?

म्हातारा १: हो ना! एव्हाना यायला हवे होते.

म्हातारा २ : मॅच बरोबर साडेदहाला सुरू करा म्हणावं.

म्हातारा १: हो! नाही तर मॅच उशिरा सुरू करायचे आणि वर खेळाडूंनी 'बॅड

लाइट' अपील केलं म्हणजे बसा! मॅच बंद! सामना अनिर्णित! मॅच अनिर्णित ठेवू नये बुवा! एखादा दिवस जमलं तर वाढवावा, पण मॅचचा निकाल लावावा.

म्हातारा २ : नाही, तशी तुमची कल्पना चांगली आहे. पण ते लोक नियमांनी बांधलेले असतात, त्याला आपण काय करणार? आपण आपली पाहात राहायची मॅच आणि फोर मारली की टाळ्या वाजवायच्या. नव्याण्णववर आऊट गेल्यावर चुकचुकायचं. बस्स.

म्हातारा १: अंपायर्स! मला अंपायर्स फार आवडतात. चांगली धडधाकट माणसं असतात. लोक म्हणतात की, ते पार्शिलिटी करतात म्हणून. पण लोक काय, काहीही बोलतात. पण मला नाही तसं वाटत. अर्थात काही अपवाद असतील, नाही असं मी म्हणत नाहीये. पण तुम्ही कथकली पाहिलाय का?

म्हातारा २: कथकली?

म्हातारा १: हो, पाहिलाय.

म्हातारा २: म्हणजे नाच?

म्हातारा १: हो, नृत्याचा एक प्रकार.

म्हातारा २: असं होय! तसं मला ऐकून माहिताय, पण अजून बघितला मात्र नाही.

म्हातारा १: नाही? आश्चर्य आहे!

म्हातारा २: म्हणजे तसा प्रसंगच आला नाही.

म्हातारा १: हां! तर काय सांगत होतो मी? कथकली. बरोबर. त्यामध्ये माणसं अर्थातच नाचतात, कारण तो नृत्याचा प्रकार आहे. पण नाचताना ते लोक तोंडावर मुखवटे घालतात. एकदा त्यांनी ते घातले की, त्यांनी फक्त नाचायचं- बस्स! तसंच अंपायर्सचं असतं. अंपायरनी एकदा पांढरा गाऊन अंगावर चढवला की, नाच सुरू. म्हणजे कुणी आऊट झाला की हात वर करायचा; मग तो शून्यावर आऊट होवो अथवा शतकाला एक रन कमी असताना आऊट होवो. त्याला वाईट वाटून चालत नाही. कारण त्यानं अंगावर गाऊन घातलेला असतो. त्यानं फक्त निर्णय द्यायचा. पण खेळाडूचं त्याच्या विरुद्ध असतं.

[स्तब्धता]

अपेक्षाभंग होणं फार वाईट. व्हायचा असेल, तर शून्यावर व्हावा. पण नव्याण्णववरचा अपेक्षाभंग सोसवत नाही. फार जड जातो.

[स्तब्धता. टाळ्यांचा कडकडाट ऐकू येतो.]

म्हातारा २: (टाळ्या वाजवत) अंपायर्स आले वाटतं?

म्हातारा १: (दुर्बिणीतून पाहात) अरे वा! आले वाटतं.

म्हातारा २: तुम्ही सी. कें.चा खेळ पाहिला असेल. अरे, काय खेळायचे म्हणून सांगू तुम्हाला! अलीकडे तसं कुणी खेळत नाही. आता आपल्याला मॅचची आवड आहे, म्हणून आपण येतो. शिवाय वेळ पण मजेत जातो. मुलगा डॉक्टर आहे. सूनबाई बघते घरचं. मंडळी बसतात जाऊन प्रवचनाला. आम्ही हे असे बसतो मॅच बघत.

[स्तब्धता.]

मुलगाच डॉक्टर असल्यामुळे औषधाचा खर्च नाही. पण मी रोज व्यायामासाठी टेकडीवर फिरायला जातो, म्हणजे औषध घेण्याचा प्रश्नच येत नाही. पण शरीर हलतं ठेवलं पाहिजे. एकदा घरी बसायची सवय झाली की, मग कंटाळा येतो बाहेर जाण्याचा. आता अगदीच हात-पाय हलेनासे झाल्यावर कोण जाणारंय टेकडीवर? शिवाय त्या निमित्तानं देवाचं दर्शन होतं रोज. मी पण अधून-मधून जातो प्रवचनाला. मनाला बरं वाटतं तेवढंच. पण शेवटी काय, सगळं मानण्यावर आहे.

[स्तब्धता.]

म्हातारा १: मघाशी मी चॉकलेट घेऊन आलोय. बरी वाटतात चघळायला. मला खूप आवडतात. घ्या ना- (देतो.)

म्हातारा २: चॉकलेट! अरे वा! कुठलं, कॅडबरीचं दिसतंय?

[दोघेही चॉकलेट खातात.]

म्हातारा १: तुम्ही च्युइंगम खाल्लंय का कधी? छान असतात. मी ती आणलीयत बरोबर. घ्या ना-

[देतो. म्हातारा-२ संकोचून घेतो.]

म्हातारा २: म्हणजे चॉकलेटचा प्रकार आहे का हा? मी खाल्ला नाही कधी.

काय करायचं ह्याचं?

म्हातारा १: तोंडात टाकायचं आणि चघळत बसायचं. क्वचित चावायचं. काही वेळानं त्याचा गोडपणा नाहीसा होतो आणि रबरासारखा लवचिक पदार्थ उरतो. चावा.

[दोघेही च्युइंगम चावतात.]

मग त्याची लांब तार काढता येते. मग ती पुन्हा चावायची, पुन्हा तार बाहेर काढायची- असं करत बसायचं. वेळ तर छान जातो. (तोंडातून तार बाहेर काढून दाखवतो.)

म्हातारा २: (च्युइंगम थुंकून देत) आपल्याला काही आवडला नाही बुवा हा प्रकार.

[म्हातारा १ मात्र चघळतच असतो.]

अरे! खेळाडू आले वाटतं मैदानावर?

म्हातारा १: आपल्याला आवडतं च्युइंगम. रवंथ करीत बसायचं, बैलासारखं. पण एकदा ताणलेलं च्युइंगम आपोआप जवळ येत नाही. आपल्याला आणावं लागतं. नंतर तोंड खूप दुखतं. चावल्यामुळे तोंडाला वास येतो पेपरमिंटचा. पण तोंड धुवायला पाणी नाही आणून देत कुणी. आपणच जाऊन आपलं तोंड धुवायचं.

[स्तब्धता.]

[क्रिकेटची कॉमेंट्री ऐकू येते.]

म्हातारा २: अरे! ह्याला आज बोलिंग दिली, फार बरं झालं. कालपासून त्याला दिलीच नव्हती. निदान विकेट तरी पडेल. त्यांनीसुद्धा खूप पिदवलं हं! काल खूप फोर्स मारल्या त्यांनी. मला वाटतं, हाफ सेंच्युरी होऊन गेली असावी काल. पण ह्या बोलरला कालच बोलिंग द्यायला हवी होती.

म्हातारा१: पण कदाचित त्याला आजच्यासाठी राखून ठेवला असेल. कॅप्टनच्या मनातले डाव आपण कोण सांगणार? कॅप्टन काय करेल ते खरं! आपण त्याच्यावर विश्वास ठेवायचा. तो नेहमी ऑल राउंडर असावा, म्हणजे त्याला निर्णय घेणं सोपं जातं. त्याचं अजिबात अडत नाही. शिवाय कोणाच्या दडपणाला बळी पडण्याची भीती नाही. असे खूप कॅप्टन निर्माण झाले पाहिजेत,

म्हणजे स्पोर्टस्मनस्पिरिट वाढीस लागेल.

[टाळ्या व गोंगाट ऐकू येतो.]

अरे वा! ठोकला वाटतं त्याला? चार मिळाल्या मला वाटतं. त्यांच्या पंच्याहत्तर लागल्यात बोर्डावर.

म्हातारा २: असं? बघू, बघू... नाही हो, मला तर चौऱ्याहत्तरच दिसतायत!

म्हातारा १: चौऱ्याहत्तर काय, पंचाहत्तर काय- सारखंच. म्हणजे फारसा फरक नाही. खेळाडूला वाटत असेल, पंचाहत्तर झाल्यात म्हणून. पण प्रत्यक्षात मात्र-

म्हातारा २: चौऱ्याहत्तर!

[दोघेही हसतात.]

म्हातारा १: चौऱ्याहत्तर म्हणजे पंच्याहत्तरला एक कमी.

म्हातारा २: बरोबर एक कमी! आणखी सव्वीस मिळाल्या की सेंच्युरी.

म्हातारा १: सेंच्युरी?

म्हातारा २: हो, म्हणजे शतक. शंभर रन्स झाल्या की म्हणतात ते.

म्हातारा १: पण... पण आणखी सव्वीस रन्स करेल तो?

म्हातारा २: करेल बुवा. फॉर्मात दिसतोय!

म्हातारा १: काही सांगता येत नाही हांऽ काही सांगता येत नाही! हा फॉर्म पाहाता-पाहाता गळून पडतो- सापाच्या कातीसारखा. पुन्हा कातडं आपलं रिकामं. भले-भले फसलेत, तिथं ह्याची काय तमा! खुद्द कॅप्टनचासुद्धा फॉर्म काही वेळा गेलाय. आहात कुठं मिस्टर? ह्याचं काही कौतुक करू नका तुम्ही माझ्यासमोर. वाटतं, की जाणार शंभरावर. पण गचकतात साले. मधेच कडमडतात. शंभरावर जाणारे घर बांधतात. बंगले उठवतात तीन-तीन मजली. त्यांची पोरं शिकतात. त्यांना मान देतात. सुना छान दिसतात. नातवंडं मांडी ओली करतात. मिश्या ओढतात. चष्म्याशी खेळतात, पण मोडत नाहीत. आजोबांच्या कवळ्या धुतात. विडा कुटून देतात. मजा करतात. शंभरावर जाणारे किती? खाली किती राहाणार? सारं काही कॅप्टनला माहीत!

[कॉमेंट्रीची वाढती लय.]

म्हातारा २: वाचलाऽऽ थोडक्यात वाचला! स्टंपच्या फार जवळून गेला चेंडू.

म्हातारा १: चेंडू... तांबडाभडक चेंडू. हा तांबडपणा पुढे टिकत नाही. फटके फार मारले, तर चेंडूची शिवण फाटते. शेवटी चेंडू नवा घ्यावा लागतो. पण तेसुद्धा ओव्हर्सवर अवलंबून.

म्हातारा २: चला, लंचची वेळ होत आली. शेवटची ओव्हर चाललीय. डबा काढून ठेवला पाहिजे.

[एक कॉफीवाला 'नेस्काफेऽ नेस्काफेऽ' असे ओरडत येतो.]

म्हातारा १: दोन कॉफी दे बघू. (घेतो. पैसे देतो. एक कप म्हातारा-२ ला देतो.) घ्या हो, कॉफी घ्या. कॉफी चालते ना तुम्हाला?

म्हातारा २: चालते. पण तुम्ही म्हणजे- फारच बुवा! आता जेवणाची वेळ होत आलीय.

म्हातारा १: घ्या हो. जेवायची काय, कॉफीची काय- सगळ्या वेळा सारख्याच. कशानं तरी पोटं भरायची. संपलं की, पुन्हा भरायचं आणि खायचं.

म्हातारा २: चला, लंच झाली. आता जेवू या. (पिशवीतून डबा काढतो.)

म्हातारा १: मी लंच पॅकेट घेऊन येतो.

म्हातारा २: लंच पॅकेट कशाला आणताय उगीच? मी आणलंय भरपूर. आपल्या दोघांना पुरेल ते. पोळ्या दिल्यात सूनबाईंनी. शिवाय तूपसाखर पण आहे. आणि चवीला लोणच्याच्या फोडी पण आहेत. नेहमीच्या बटाट्याच्या काचऱ्या आहेतच. बाहेर जेवण घेऊन जायचं म्हटलं म्हणजे, हा ठरलेला मेनू. त्यात बदल म्हणून कसला नाही. पूर्वी कर्दळीची पानं असायची, हल्ली डबे असतात. चला, हंऽ करा सुरवात.

म्हातारा १: ठीक आहे. पण हे आपल्याला काही प्रशस्त वाटत नाही. तुम्ही पण या ना आमच्याकडे एकदा (खायला सुरवात.)

म्हातारा २: जरूर! कुठं राहाता तुम्ही? गावात?

[स्तब्धता]

म्हातारा १: समजा, तुम्हाला कोणी तोंडात मारली तर.. तर, तुम्हाला काय वाटेल?

[स्तब्धता.]

मी तुम्हाला विचारतोय की, समजा कुणी तरी... एखाद्या इसमानं

तुमच्या तोंडात मारली, तर तुम्ही काय कराल?

[स्तब्धता.]

कदाचित असा प्रश्न तुम्हाला पहिल्यांदाच पडलेला दिसतोय. तोंडात मारली तरी आपण मॅच बघत राहायचं. निदान न कंटाळता मॅच बघण्याचा प्रयत्न करायचा. तोंड दुखत असलं तरी. म्हणजे काय की, आपण तोंडात मारणाऱ्याला क्षमा केली पाहिजे. त्याच्या अंगावर हात न टाकता नुसती मॅच बघायची आणि फोर मारली की, टाळ्या वाजवायच्या.

म्हातारा २: (खाता-खाता) समजा, तोंडात मारलीच नाही तर? तर मग क्षमा कोणाला करणार आपण? मॅच तर चालूच असते. ती संध्याकाळी पाचला बंद होते. पुन्हा सकाळी सुरू. म्हणजे असं की, कुणी तोंडात मारतोच असं नाही. निदान मला तरी असा प्रश्न कधी पडला नाही. कारण माझ्या कुणी तोंडातच मारली नाही. का मारावी? मी कुणाचं काय केलंय? तिकीट काढलंय मी मॅचचं. फुकट बघत नाहीये. मात्र असा प्रश्न विचारणाऱ्याला मात्र तोंडात बसण्याची शक्यता असते.

म्हातारा १: तुम्हाला काय माहीत?

म्हातारा २: अंदाज. तुमच्या कुणी मारलीय?

म्हातारा १: काय?

म्हातारा २: तोंडात?

म्हातारा १: हो, मारलीय.

म्हातारा २: जोरात?

म्हातारा १: हो, खूप जोरात! आठवण अजून गेली नाही. कायमची राहिली गोंदल्यासारखी.

[स्तब्धता.]

म्हातारा २: कुणी मारली?

म्हातारा १: काय?

म्हातारा २: तोंडात-

म्हातारा १: कुणाच्या?

म्हातारा २: तुमच्या. तुम्हीच आता म्हणालात-

म्हातारा १: काय म्हणालो मी?

म्हातारा २: की, तुमच्या कुणी तरी-

म्हातारा १: हो! फार जवळच्या माणसानी मारलीय.

म्हातारा २: का? जवळच्या माणसानी म्हणजे कुणी?

म्हातारा १: तुम्हाला काय करायच्यात नसत्या चौकश्या? तुमच्या नाही ना कुणी मारली? मग झालं तर!

म्हातारा २: हे पाहा, असं रागावू नका. मी आपलं सहज विचारतोय. नसेल सांगायचं तर, मर्जी तुमची. तुम्ही काहीच खाल्लं नाही मघापासून! घ्या ना. लोणचं लिंबाचं आहे. उन्हाचा त्रास होत नाही.

म्हातारा १: उन्हाचा मला कधीच त्रास होत नाही. आता मला उन्हाची सवय झालीय. खूप ऊन पचवलंय मी! आता त्याचं काही वाटत नाही. पण लोणचं खाऊन तोंडात मारल्याची आठवण जात नाही.

म्हातारा २: आपण आपलं खात राहायचं, मग ती आठवण हळूहळू पुसट होत जाते. खाण्या-पिण्याची आबाळ करू नये माणसानी. त्यानं आपलंच नुकसान होतं; इतरांना काय त्याचं? माणसानं खूप खावं-प्यावं. टेकडीवर फिरायला जावं. देवदर्शन घ्यावं. हिरवळीवरून चालत राहावं. म्हणजे जरी काटा मोडला पायात, तरी जाणवत नाही हिरव्या रंगामुळे. मॅच आपली बघत असावं. घ्या.. तूपसाखर घ्या ना-

म्हातारा १: नको! पोट भरलंय माझं.

[स्तब्धता]

काही वेळा खूप गंमत येते. भूकच लागत नाही. पोट भरलेलं आहे, असं उगीचंच वाटतं. पण खरं म्हणजे सपाटून भूक लागलेली असते, पण जाणवत नाही. जाणवली तरी आपण तसं दाखवत नाही.

[स्तब्धता.]

म्हातारा २: तुम्हाला बरं वाटत नाही का?

[स्तब्धता]

तुम्हाला बरं वाटत नाही का?

म्हातारा १: (त्याच्या डोळ्यांत पाणी) नाही, तसं बरंय. पण कधी कधी

डोकं दुःखतं. डोकं आणि पोटाची एक वाईट खोड आहे. रिकामं असलं म्हणजे डोळ्यांत पाणी येतं. डोळे चुरचुरतात. कधी कधी डोळ्यांना उगीचच पाणी येतं. कशानं येतं, कळत नाही. कदाचित तोंडात मारल्यामुळे येत असावं. डोळ्यांत पाणी आलं म्हणजे चैन नाही पडत. किती वेळा पुसायचं हो माणसानं पाणी?... आपणच आपलं पुसायचं... डोळ्यांतलं...

[स्तब्धता.]

(म्हातारा-२ डबा आवरून ठेवतो.)

म्हातारा २: चला, जेवण तर झालं. हंऽ हे घ्या पाणी. म्हणजे ठसका लागत नाही. जेवणानंतर पाणी प्यावं माणसानं. जमलं तर लिंबूदेखील पिळावं. म्हणजे आपण आपले मॅच बघायला मोकळे.

[पाणी पितात.]

म्हातारा १: मला ठसका सहसा लागत नाही, पण उचकी मात्र लागते मधून-मधून. कुणी तरी आठवण काढत असेल. पण, माझी आठवण कोण काढणार? मीच कधी कुणाची आठवण काढतो आणि माझी मलाच उचकी लागते. (स्तब्धता.) तुम्हाला आता खरं सांगतो- पण मला मॅच बघावीशी वाटत नाही. हल्ली जेमतेम लंचपर्यंत बघवते. आता कंटाळा आलाय. घरी जाऊन पडेन म्हणतो. तुम्ही येताय?

म्हातारा २: कुठे?

म्हातारा १: घरी.

म्हातारा २: तुमच्या? (स्तब्धता.) तुमच्या घरी?

म्हातारा १: माझ्या घरी नाही. मी माझ्या घरी जाणार, तुम्ही तुमच्या. प्रत्येकानं आपापल्या घरी जावं. तुम्हाला माझ्या घरी चैन पडणार नाही.

म्हातारा २: घरी कोण कोण असतं तुमच्या?

म्हातारा १: मुलगा, सून, नातवंडं. सगळी. फक्त बायको नाही, ती गेली. बरं झालं गेली ती. सुटली बिचारी! नाही तर तिच्यासुद्धा तोंडात मारली असती. हाय खाऊन जाण्यापेक्षा हार्टफेल बरा. जीव नकळत जातो. तोंडात मारावी तसा. आता मी एकटाच आहे. सगळीकडून रिटायर्ड झालोय. मित्र आहेत टेकडीवर फिरायला

जाण्यापुरते. काही जण माझ्या घरी राहातात. कारण, माझी दोन घर आहेत. आज कदाचित आले असतील मॅच बघायला. पण माझ्यासारखे उठून जाणारे फार थोडेच. बराय, जातो.

म्हातारा २: निघालात?

म्हातारा १: हो, कंटाळा आलाय. पाहावत नाही ही मॅच.

म्हातारा २: जाताना रिक्षानं जा! ऊन आहे खूप.

म्हातारा १: नको. चालतच जाईन.

म्हातारा २: चालत जाणार?

म्हातारा १: हो, तेच बरं पडतं.

म्हातारा २: कुठं राहाता तुम्ही?

म्हातारा १: मी... मी... जवळच राहातो स्टेडियमच्या...

म्हातारा २: म्हणजे...

म्हातारा १: म्हणजे त्या समोरच्या टेकडीजवळ... वृद्धाश्रमात.... बराय, येतो.

(जातो.)

[म्हातारा-२ मॅच बघत बसतो. कॉमेंट्री सुरू होते. पडदा.]

दार कुणी उघडत नाही

[स्टेजवर एक पोलीस इन्स्पेक्टर बसलेला आहे. डायरी चाळत असतो. मध्यमवयीन, प्रसन्न व्यक्तिमत्त्वाचा, वागावयास दिलखुलास, आवाज धारदार. प्रेक्षकांचा अंदाज घेत बोलू लागतो–]

सदानंद : नमस्कार! मी इन्स्पेक्टर सदानंद. ही डायरी... एका प्रकरणाचा तपास लावता–लावता मिळाली. खरं म्हणजे प्रत्येक घडलेल्या गुन्ह्याच्या तपासात काही ना काही तरी सापडतेच, असा माझा गेल्या १५ वर्षांचा अनुभव आहे. काही वेळा सापडलेलं वस्तूच्या रूपानं दाखवता येतं; तर काही वेळा असं काही हाती लागतं की, जे फक्त आपल्याला उमजून येतं, जाणवत राहतं. माणसं तर तऱ्हेतऱ्हेची भेटतात. खुनी, बलात्कार करणारे. ह्या लोकांशी बोलता तरी येतं. खुनाला वाचा फुटू शकते. पण आत्महत्या हा जर गुन्हा मानला आणि तो आपल्या कायद्यानुसार आहेच, तर ह्या अशा गुन्ह्याला म्हणजे आत्महत्येला मात्र वाचा नसते. असतात केवळ आपल्यासारख्या मर्त्य माणसांचे अंदाज! आत्महत्या करणारा बिचारा मरून जातो; पण मरता–मरता कोडी घालून मरण्याची ह्या लोकांना खोड असते. चिठ्ठ्या लिहायच्या– 'माझ्या मृत्यूला मीच जबाबदार' किंवा प्रिय व्यक्तीचे नाव घालून 'आता तरी हो म्हणशील' वगैरे असे काही तरी! नाही तर 'मला अमुक ठिकाणी जाळा किंवा पुरा. माझ्या होणाऱ्या राखेचे चार सम प्रमाणात भाग करून विविध प्रांतांमधल्या नद्यांत टाका'– असा तिढा टाकून ही मरणारी माणसं खर्चाला निमंत्रणदेखील देत असतात. आता ह्यामधला वरवरचा विनोदाचा भाग जरी सोडला, तरी 'तो का गेला?' हे मात्र संपूर्णपणे कधीच कळत नाही. ही अशी डायरी वगैरे तपासात जरी सापडली, तरी त्यामधला मजकूर म्हणजे मनाचा एक वरवरचा पापुद्रा. संपूर्ण आकलन नव्हे!

परवा अशाच एका गुन्ह्याचा तपास करता-करता... तपास कसला तो... आत्महत्येचा कसला डोंबलाचा तपास करणार! ज्याला पकडून शिक्षा करायची, तोच मरून गेलेला. आपण आपलं नुसतं रिपोर्टिंग करायचं आणि केस मिटवून टाकायची. शिवाय, ह्या अशा प्रकरणामध्ये जिवंत राहणाऱ्या प्रेयसी किंवा प्रियकराच्या अथवा आई-वडिलांच्या मनाला जपावं लागतं. हे आई-वडील सहसा म्हातारेच असतात. त्यात एखाद्याला विकलांगपणा किंवा मोतीबिंदू वगैरे नक्की! तर थोडक्यात म्हणजे, आत्महत्येचा प्रवास म्हणजे मानवी भावनांच्या कल्लोळात चाललेली सरकारी नियमांची एक कसरत!

पण एकदा हा पोशाख अंगावर घातला की, मग संपलं! मनाला आवर घालत कर्तव्य पार पाडायचं! तर... ही डायरी... डायरी मात्र... अत्यंत सुवाच्य हस्ताक्षरात लिहिलेली. लिहिणारा मात्र मरून गेला, पण तो दिवस मात्र माझ्या पक्का लक्षात आहे. नाईट ड्युटी होती माझी. नेहमीप्रमाणे रात्री पेंगत बसलो असतानाच गलका झाला. जवळच्या एका चाळीमधली माणसं गिल्ला करीत आली. त्यांच्या म्हणण्याचा अर्थ म्हणजे फक्त एकच वाक्य- ''दार कुणी उघडत नाही!''

दार कुणी उघडत नाही, हे मात्र आमचं परवलीचं वाक्य! हे वाक्य कानावर पडलं रे पडलं की, आमचे तर्क चालू! दार कुणी उघडत नाही म्हणजे? आत काय झालं असेल? आत्महत्या? कशी? जाळून घेऊन येणारी घाण? की झोपेच्या गोळ्या घेऊन दुलईवरचा मृत्यू? का कुणी टांगून घेतलं असेल? असे अनेक तर्क सुरू झाले. कारण एकच छोटे वाक्य- 'दार कुणी उघडत नाही.' म्हटलं, काय झालं बघावं. म्हणून गेलो. एक जुनाट चाळ, वरच्या मजल्यावरच्या दोन जुनाट खोल्या. दार अर्थातच आतून बंद! बाहेर गर्दी. कुजबूज. आत काही नाही. फक्त शांतता. नेहमीप्रमाणे बरोबर आलेल्या दोन हवालदारांनी बंद दार फोडलं आणि आत...

परवलीचा शब्द खरा निघाला. त्यानं स्वतःला टांगून घेतलं होतं. ज्यानं टांगून घेतलं होतं, तोच ह्या डायरीचा कर्ता 'अशोक नारायण

देशपांडे'. वय ३०च्या आसपास. शिक्षण बी.कॉम. लक्ष्मी टायर्स ह्या प्रसिद्ध कंपनीत गेली ८-१० वर्षं क्लार्क. अविवाहित आणि ही चाळीमधली जागा मामांनी दिलेली, कारण त्यांना वारस नव्हता. हा लहान असतानाच वडील गेले. आई एका ओळखीच्या माणसाकडे राहायला आली. कारण तिचा भाऊ म्हणजे अशोकचा मामा घरात घेईना. अर्थातच, ह्याला कारण मामी. कारण ती विचित्र स्वभावाची. तिला फिट्स यायच्या. पुढे ती वारली. मग मामांनी अशोकला वाढवलं. अशोकची आई मात्र त्या ओळखीच्या माणसाकडेच कायमची राहू लागली. परिणामी, मामा-भाचे जवळ आले. सख्खी आई मात्र दुरावली. असा सगळा टिपीकल मध्यमवर्गीय मामला. आईकडे अशोक जात नसे. ती जिवंत की मेली, हेही त्याला माहीत नव्हतं. निदान ह्या डायरीवरून तरी असं दिसतं. कालांतरानं अशोकचे मामा वारले नि अशोक ह्या दोन छोट्या खोल्यांचा मालक झाला. चाळीतल्या लोकांच्या बोलण्यावरून असं दिसतं की- अशोक अत्यंत सज्जन, एकटा, संकोची; पण सदैव भेदरलेला. थोडक्यात, आत्मविश्वास नसलेला असा तरुण होता. घरी कोणी येत-जात नसे. तो निर्व्यसनी होता, ह्यावर सर्वांचंच एकमत होतं. तसेच तो लग्नाच्या फंदात पडला नाही आणि कोणतीही मुलगी त्याच्या आयुष्यात आलेली नव्हती. निदान कुणाला तशी माहिती तरी नव्हती. तर मग असा हा आमचा डायरीचा कर्ता एकाएकी स्वत:स टांगून का घेतो? सगळ्यांनाच कोडं होतं. तपास सुरू केला तशी ही डायरी सापडली. मग मात्र कोडं सुटू लागलं. गोष्टी उलगडत गेल्या. एकूण घटनांचा कालावधी फक्त चार महिन्यांचा! मृत्यूपूर्वी अशोकच्या आयुष्यात घडून गेलेल्या, म्हणजेच ह्या डायरीत नोंदलेल्या घटना त्याच्या आत्महत्येस कारणीभूत झाल्या असाव्यात.

आता सुरुवात करायचीच झाली तर चार महिन्यांपूर्वीची गोष्ट. संध्याकाळची वेळ. अशोक नेहमीप्रमाणे ६।।-७ वाजता लक्ष्मी टायर्समधून आपल्या घरी आलेला.

[प्रकाश हळूहळू फक्त सदानंदवर] जिने चढून अशोक वर येतो. बंद दारापाशी एक सूटकेस दिसते. चांगली भारीपैकी. आसपासच्या

वातावरणाला न शोभणारी.

सूटकेस दिसते. ती बघत असलेला अशोक दिसतो.

सूटकेस कुणाची असावी, असा विचार करत लक्ष्मी टायर्समधला क्लार्क आणि ह्या डायरीचा मालक अशोक नारायण देशपांडे क्षणभर दाराशी थांबला.

तोच–

तोच काय मंडळी? (डायरी पाहात) ह्या डायरीमधली पहिली नोंद अशी आहे. सूटकेसच्या पाठोपाठ ऐकू येणारे एका तरुणीचे खळाळून हसणे...

[हसणे ऐकू येते. सदानंद अदृश्य. सूटकेसजवळ उभा असलेला, हसण्यामुळे चक्रावून गेलेला अशोक दिसतो. हसणे वाढते. अशोक भांबावून जातो. हळूहळू पूर्ण स्टेज प्रकाशात. चाळीमधल्या खोल्या वाटतील अशा स्वरूपाच्या २–३ वस्तू मांडलेल्या दिसतात. एक लग्न झालेली बाई. वय २९–३०च्या आसपास. प्रवेश करते. ती सतत अशोकच्या नजरेचा वेध इथून पुढे घेते. तिचे लग्न झालेले आहे. अशोकने तिला अजून ओळखलेले नाही.]

बाई : काय अशोकराव, लागतोय का पत्ता? आहे तस्सा आहेस बघ!

अशोक : तुम्ही...

बाई : मी तुझ्याकडे आलेय अशोक!

अशोक : म... माझ्याकडे? तुमची ओळख...

बाई : आलेल्या माणसाला आधी दारातून तर आत घे!
[बाई अशोकच्या नजरेचा वेध घेत असते. त्यामुळे तो अधिकच बुजत असतो.]

अशोक : या ना! आत या...
[दोघे जण खोलीत प्रवेश केल्यासारखे करतात. ती बॅग घेऊन आत येते.]

अशोक : तुमची ओळख...

बाई : नीट बघ... माझ्याकडे. नीट बघ... काय, लागतोय का पत्ता?
[अशोक तिला नजर देतो. मग संकोचतो. असे काही वेळ चालते.]

बाई : आठव मागचे दिवस... कॉलेजमधले...

[अशोक टेन्स. आठवण्याचा प्रयत्न करतो.]

बाई : हात् तुझी! अरे वेड्या, मी राणी! राणी पानसरे. आपण एका वर्गात नव्हतो का...

[त्याची ट्यूब हळूहळू पेटते. चेहरा उजळतो.]

अशोक : तू... राणी? अगं, पण एकदम अशी सूटकेस घेऊन कुठे?

बाई : अशीच आले. म्हटलं, तुला एकदम धक्का द्यावा.

अशोक : धक्का काय... माझा अगदी हार्ट फेलच व्हायची वेळ आणलीस! पण अशी अचानक कशी आलीस?

राणी : खोल्या किती आहेत?

अशोक : दोन... एका माणसाला किती लागणार?

राणी : एकटाच ना? वाटलंच मला. माझा अंदाज होताच.

अशोक : खरा आहे तुझा अंदाज. आणि सांग बघू सगळं, फाजीलपणा न करता! होतीस तशी आहेस बघ. सांग ना, कुठे होतीस? एकदम इतक्या वर्षांनी इथे कशी आलीस?

राणी : ध- ध धक्क्यातला! तो धक्का तुला द्यावासा वाटला, म्हणून धावत आले.

अशोक : च्! (वैतागत) अगं, अशी काय करतेस? सरळ सांग ना काय ते....

राणी : (एकदम) कॉलेजमध्ये शेवटच्या वर्षी प्रकाशशी लग्न केलं. गेली सहा वर्षं दुबईला होते. आता सिंगापूरला जॉब घेतलाय प्रकाशनी.

अशोक : इकडे काय सहज आलीस... माहेरी?

राणी : तू एकटाच कसा? लग्न...

अशोक : चहा घेणार तू...

राणी : सांग ना, एकटाच का तू?

अशोक : ही एवढी सूटकेस कशी तुझ्याबरोबर?

राणी : चहा चालेल मला!

अशोक : दुरुस्तीला नेली होतीस?

राणी : काय?

अशोक : ही सूटकेस?

राणी : नाही, भरलेली आहे! मोडलेली नाही... करतोयस ना?

अशोक : काय?

राणी : चहा!

अशोक : चहा करतो गं! त्यात काय, रोजच ह्या वेळी करतो. म्हणजे करावा लागतो. माझाच मला.

राणी : हे असं एकट्यानं राहणं... तुला टाळता आलं नसतं? का केलं नाहीस लग्न?

अशोक : कमाल झाली! आजवर हा प्रश्न इथं मला अनेकांनी विचारून बेजार केलंय. भारतातील माणसांनी हा प्रश्न विचारण्याची मला सवय झालीय. पण ही बातमी सिंगापूरपर्यंत गेली असेल, ह्याची मात्र मला कल्पना नव्हती.

राणी : चहाचं विसरलास वाटतं! निदान पाणी तरी आण.

[अशोक जायला उठतो.]

अशोक : खरंच की...!

राणी : माझ्या प्रश्नाचं उत्तर नाही दिलंस? लग्न का...

अशोक : हा प्रश्न नाही राणी, निदान आपल्या दोघांपुरता तरी हा प्रश्न नाही. कारण ह्याचं उत्तर तुला चांगलं ठाऊक आहे. आणि हे उत्तर मी नव्हे, तूच दिलं आहेस. आज नव्हे, मागे. चांगलं ९-१० वर्षांपूर्वी.

राणी : वेडा आहेस. झालं-गेलं गंगेला मिळालं. मागचं गेलं केराच्या टोपलीत!

अशोक : हे सांगण्यासाठी सिंगापूरहून आलीस? सूटकेस घेऊन?

राणी : पाणी आणतोयस ना?

[अशोक आतून पाणी घेऊन येतो. राणी पाणी पिते. भांडे अशोकला परत देत म्हणते-]

राणी : ही सूटकेस ठेवून दे.

अशोक : म्हणजे?

राणी : मी इथे राहायला आलीय.

अशोक : (थक्क) इथे...! अगं... तू... हे आपलं... का आलीस?

राणी : नीट ऐक... मी प्रकाशला, माझ्या नवऱ्याला सोडला. परत मी जाणार नाही. माझं मात्र चुकलं, म्हणून परत आले ते थेट तुझ्याकडे. तुला नाही म्हटल्यापासून तू एकटाच असणार ह्याची खात्री होती मला.

अशोक : का सोडून आलीस त्याला?

राणी : हे विचारायचा तुला अधिकार नाही.

अशोक : का?

राणी : कारण तू लग्न केलं नाहीस. आगीत पडला नाहीस. म्हणून तुला हे समजणार नाही. समजलं तरी जाणवणार नाही. ह्या आपल्या देहाची म्हणून काही भाषा असते. कधी सगळं जमून जातं, कधी विघ्नं येतात. ह्याचा अर्थ असा नाही की, मी सुखी नाही. सुखी आहे रे, पण तृप्त नाही आणि घोडं तिथंच पेंड खातंय!

[अशोक बावरून गेलेला. तो अस्वस्थ आहे. राणी त्याचे वागणे न्याहाळत म्हणते...]

राणी : सामान लावू ना मी? ... अरे, असं काय बघतोस...? मी राहायला आलेय तुझ्या घरी!

अशोक : इथं कशी राहणार तू? हे घर असं! ही चाळ... शेजारी... हे विचित्र आहे... का आलीस परत? मागचं मी विसरून गेलोय. मला एकट्याला राहू दे. जा तू, निघून जा! हे घर माझं आहे! चालती होऽ

राणी : मी कुठे नाही म्हणतेय? घर तुझंच आहे. मी ते नीट राखेन आणि मला इथं येण्याचा पूर्ण हक्क आहे. कारण इतक्या वर्षांत तुझं तुला काहीही ठरवता आलं नाही. साधं लग्नदेखील तुला करता आलं नाही. मला वाटत होतं, माझी माहिती खोटी ठरेल. तुझी घरंदाज बायको माझं स्वागत करेल. पण तसं झालं नाही. माझाच अंदाज खरा ठरला... आता कसं होईल... त्या घरातून तर बाहेर पडलेय... तू ठोकरलंस, तर संपूनच जाईन मी. पण भाग्य माझं, तू लग्न नाही केलंस. एक सांगू? खरं म्हणजे, मागचं तू काहीसुद्धा विसरलेला नाहीस... मला तुझ्याकडे बघून वाटलं की, तू माझीच वाट बघतोयस. एक दिवस मी येणारच, अशी तुझी खात्री होती म्हणून तू लग्नसुद्धा केलं नाहीस. अखेर तो दिवस आज आलाय अशोक. तसाच आहेस वेंधळा... बुजरा... घाबरलेला... फक्त चष्मा तेवढा लागलाय. ध्यान दिसतंय अगदी, ध्यान!

अशोक : राणी... मला हे जमणार नाही. खरं तर झेपणार नाही. मला... माझ्या दुर्दैवात कोणी वाटेकरी नकोयत. इतक्या वर्षांनी भेटलीस खरं तर... बरं वाटलं. हो, उगाच खोटं कशाला बोलू? आता चहा घे... हवं

तर गप्पा मारू; पण तू परत जा... हे... इथे राहण्याचं... नको. तू परत जा!

राणी : मी परत जाणार नाही. कारण मला घर नाही. माझं घर हे आहे!

अशोक : (वैतागत) आयलाऽ! काय चाललंय काय हे? हे माझ्या पलीकडचं आहे. मी माझ्या पद्धतीनं सुखात जगतोय... जे होणार आहे, ते माझं आहे. जा, तू जा! मसणात जा!

[अशोक गुडघ्यात मान घालून बसतो. राणी त्याच्याजवळ जात त्याच्या केसांतून हात फिरवत म्हणते. मागे योग्य पार्श्वसंगीत.]

राणी : खूप वर्षं झाली नाही रे?... त्या वेळी... मी चुकले... खरंच सांगते, चूक झाली माझी. आता मला संधी दे- एकदाच दे! पदर पसरते मी... नाही तरी तू एकटाच आहेस. ह्या दोन खोल्यांत मी मागचं काही आठवणार नाही. आपण मजेत राहू.. फक्त मला संधी दे... एकदाच दे!

[फक्त राणी आणि अशोकवर प्रकाश. मागे सुयोग्य पार्श्वसंगीत चालूच. ह्या दृश्यावरचा प्रकाश कमी होत जातो आणि आपल्याला सदानंद दिसू लागतो.]

सदानंद : काय मंडळी, भानावर आलात, की भान हरपून गेलात? पण हे अगदी असंच घडलेलं असणार. अहो, सगळं लिहिलंय ना ह्या डायरीत... म्हणजे अगदी बॅकग्राउंड म्युझिक वगैरे नाही हं! ते तेवढं आपलं! तर, अशा रीतीनं राणीनं अशोकच्या घरात शिरकाव केला. त्याचा विरोध दुबळा पडला. विरोध तरी कसला तो; विरोध मुळी झालाच नाही! अशोकचा स्वभाव मधे आला आणि राणीचा विजय झाला. विरोध करू म्हणता, अशोकला तो करता आलाच नसता किंवा आपण असादेखील निष्कर्ष काढू शकतो की, ह्याच एका दिवसाची- म्हणजे राणी घरी येण्याचीच वाट पाहात अशोक जगत असला पाहिजे. कधी ना कधी तरी राणी घरी येईलच, ह्या आशेवर जगणारा अशोक प्रत्यक्ष ती घरीच राह्यला आली म्हटल्याबरोबर जरा गोंधळला आणि त्याचाच फायदा राणीला मिळाला. डायरीमधल्या पुढच्या नोंदीवरून असं दिसतं की, बया घरात उत्तम प्रकारे रुळली. अगदी ह्या दोन चिमुकल्या खोल्यांत राणी आणि अशोक ह्यांनी

स्वतःचं वेगळं जग निर्माण केलं, वगैरे!

काय गंमत असते पाहा. म्हणजे अशी ही एखादीच केस. बाकीच्या सगळ्या रुक्ष. अहो, कॉलेजमधल्या काही काळच्या नाजूक भावविश्वाच्या आधारानं चक्क एक ९-१० वर्षं संसार केलेली एक बाई नवऱ्याला सोडते आणि त्या भावविश्वात गुरफटलेल्या एका निरपराध, निरागस पुरुषाचा ताबा घेऊन ही राणी खरोखरच राज्य करू लागते, त्याला रमवते, स्वतः रमते. दोघे एका वेगळ्याच धुंदीत जगतात.

[एका लोकप्रिय मराठी भावगीताचे सूर येतात. सदानंद अदृश्य. अशोक आणि राणी पाठमोरे बसलेले दिसतात. गाणे सुरू होते. दोघे जण गाण्याच्या तालावर मराठी छायागीताप्रमाणे हालचाली करतात. गाण्याच्या शेवटी दोघे हसत-खिदळत घरी आल्यासारखे करतात.]

राणी : किती वर्षांनी बघितला हा सिनेमा. ह्याची व्हिडिओ कॅसेट इथं मिळते का रे? सॉरी हं! एकदम मला वाटलं, मी दुबईलाच आहे. तिथे वेळच जायचा नाही. कंटाळा यायचा. सारखं व्हिडिओ बघत बसायचं. कसे लोक त्या वाळवंटात राहतात, कोण जाणे!

[त्याचे तिच्या बोलण्याकडे लक्ष नाही. दोरीवरचा पायजमा, कपडे बदलण्यासाठी ओढतो. त्याची नाडी गेलेली लक्षात येते. एकाग्रपणे करंगळीने नाडी बाहेर काढण्याचा प्रयत्न करतो. राणी हा प्रकार पाहत बसते. त्याची तंद्री लागलेली. शेवटी ती कंटाळून म्हणते-]

राणी : आण इकडे!

[ती डोक्यातून आकडा काढून नाडी काढू लागते. माळलेला गजरा निसटतो. तो त्याच्या हाती. अशोक गजरा हुंगतो आणि राणी आकड्याने नाडी काढते. असा सीन हळूच बघणारा सदानंदचा मिश्कील चेहरादेखील दिसतो.]

राणी : तुला राग नाही ना आला?

अशोक : कसला?

राणी : मघाशी मी व्हिडिओचा उल्लेख केला म्हणून? बरीच वर्षं दुबईत गेली माझी. तिथं दुसरी करमणूक नाही.

[अशोकला जांभई येते.]

अशोक : चला, झोप आली. उद्या लवकर उठव हं. ऑफिसमध्ये ऑडिट चाललंय. जरा लवकर गेलेलं बरं!

राणी : थांब मग- गजरच लावते. नाही तर जाताना तूच मला उठवशील नेहमीप्रमाणे.

अशोक : गजर कशाला? येईल मला जाग. आणि हे बघ, सकाळी उठून लगेच तडातडा स्वयंपाक करू नकोस. उद्या डबा नको करूस. जेवीन मी कॅन्टीनमध्ये.

राणी : नाही हंऽऽ मी तुला कॅन्टीनचं खाऊ देणार नाही.

अशोक : अगं, पण तुला दगदग होईल.

राणी : होऊ देत. इतकी वर्षं करतोसच आहेस सगळं.

[अशा रीतीने जोडप्याचा प्रेमळ संवाद चालू असतानाच सदानंद दिसू लागतो. चेहऱ्यावर मिश्कील हसू.]

सदानंद : अशी ही बया अशोकच्या घरी रुळली. सुरुवातीला आसपास चाळीत जरा चलबिचल झाली. पण नंतर मात्र 'उशिरा का होईना, पण अशोक अखेर मार्गी लागला' असाच सूर निघाला आणि तुम्हाला सांगतो, राणीनं पण तसाच जीव लावला हो. शेजाऱ्यांमध्ये ही भलतीच पॉप्युलर झाली. अडी-अडचणीला आसपासच्या बाया सल्ले विचारू लागल्या. एकूणच, राणी फार लाघवी निघाली. म्हणजे मागचं काही का असेना! ते एकदा विसरायचं ठरल्यावर आपण उगाच खुस्पट कशाला काढा? नाही का? आता आमच्या तपासावरून असं दिसतं की, कॉलेजच्या शेवटच्या वर्षी राणीचं अगदी आई-वडिलांच्या सल्ल्यानं अगदी बघून-बिघून प्रकाश पानसरे नामक उत्तम स्थळाशी लग्न झालं. हा कोण पानसरे? तर, पानसरे वकिलांचा एकुलता एक मुलगा. प्रचंड इस्टेट. चांगला इंजिनिअर. शिवाय उत्कृष्ट करीअर. वर हुशार आणि रुबाबदार व्यक्तिमत्त्व. पुढे त्याची बदली म्हणा, नोकरी म्हणा, अशा निमित्तानं स्वारी परदेशी रवाना. म्हणजे लग्न होऊन ९-१० वर्षं झाली असताना असं काय मग दोघांमध्ये घडलं की, राणीला घराबाहेर पडून इथं असं जगावं लागलं? जमीन-अस्मानाचा फरक असलेली परिस्थिती राणीनं अशोकच्या रूपानं अगदी राजीखुशीनं का स्वीकारली? पुन्हा हा अशोक कसा, तर

बुजरा! आत्मविश्वासाचा अभाव असलेला.

ह्या डायरीवरून मला राहून-राहून आश्चर्य वाटतं ते हे की, स्वतःची बायको भरल्या संसारामधून निघून जाऊनसुद्धा ह्या चार महिन्यांच्या काळात राणीच्या नवऱ्यानं- प्रकाशनं काहीच हालचाल कशी केली नाही? साधा शोध घेण्याचा प्रयत्नदेखील केला नाही. राणीच्या माहेरीदेखील काहीही पत्ता नाही. ही बायको खुशाल घराबाहेर पडते आणि नवरा सहन करतो? छे! कल्पनासुद्धा करवत नाही... नाही तर असं तर नसेल, तिचा नवरा तर ह्या प्रकरणात सहभागी नसेल? कुणास ठाऊक. पण अशा असंख्य प्रश्नांची भेंडोळी भिरभिरू लागली आणि ह्या सगळ्याला कारण एकच, छोटं परवलीचं वाक्य- 'दार कुणी उघडत नाही.' कोणत्याही प्रकरणाचा गुंता शेवट झाल्याखेरीज उलगडत नाही आणि अखेर प्रत्येक गोष्टीला शेवट हा असतोच. तर सांगायचं म्हणजे, ही बया ह्या घरात रुळली. ह्या घटनेलाही जवळजवळ चार महिने पुरे होत असतानाच अचानक अशा काही नाट्यपूर्ण, हादरवून टाकणाऱ्या घटना घडल्या की, अखेर अशोकला 'तो' निर्णय घ्यावा लागला. ह्या कपडे वाळत घालायच्या नायलॉनच्या दोरीचा वापर करावा लागला आणि मग शेजारी गलका करीत आमच्या गेटवर धावत येत म्हणू लागले, ''दार कुणी उघडत नाहीऽऽ'' उघडल्यावर मात्र हाती लागली ही फक्त एक डायरी!

तर, तो दिवस... त्या दिवसाची संध्याकाळ. नेहमीप्रमाणे अशोक आपल्या 'लक्ष्मी टायर्स'मधली नोकरी संपवून घरी आला. येऊन बघतो तर दाराला बाहेरून कडी! गेली असेल राणी नेहमीप्रमाणे शेजारी गप्पा मारायला, असं समजून अशोक घरात गेला.

[हे सदानंद बोलत असतानाच अशोक घरी येताना दिसतो. इथून पुढे सदानंद करत असलेल्या वर्णनास योग्य असा अभिनय अशोक करीत राहतो.]

अशोक इकडे-तिकडे पाहतो. सगळ्या घरावरून त्याची नजर फिरते. कावराबावरा झालेला. त्याला कळेना, राणीची ती सूटकेस गेली कुठे? समोरच्या दोरीवरचे तिचे कपडे गायब कसे झाले? राणीचं सामान गेलं कुठं? आणि राणी? पण ती दिसत नाही. आज सकाळी ह्या

नायलॉनच्या दोरीवर तिची साडी वाळत होती, ती गेली कुठे? अशोक कसनुसा झाला. आसपास विचारत मोठ्यानं 'राणीऽऽ राणीऽऽ' अशा हाकादेखील मारल्या; पण प्रतिसाद नाही. गेली कुठे ही?.... बाहेर गेली म्हणावं, तर सामान घेऊन कशी जाईल? पोलिसात जावं तर ते विचारणार, ती तुमची कोण? म्हणजे एकूण बोंबच. काय सांगणार त्यांना... की, एक लग्न झालेली बाई नवऱ्याला सोडून इथे राहायला आली होती, तिला शोधून काढा बघू म्हणून? अशोकची हळूहळू नाकेबंदी व्हायला लागली. विचार करून-करून डोकं फुटायची वेळ आली. असा आतल्या आत विचार करणारा अशोक अखेर थकला. रडवेला झाला. कोपऱ्यात त्यानं आपली नेहमीची पोझ घेतली- गुडघे वर, मान खाली. एकटाच बिचारा घुम्यासारखा विचार करीत बसून राहिला.

[अशोक तसा बसलेला दिसतो. त्यावर प्रकाश.]

१-२ तास तसेच गेले. आणि जिन्यावर पावलं वाजली. कोण असेल? राणी? ही नक्की राणीच! अहो, दुसरं असणार कोण? ह्या दोन खोल्यांत हक्काचं माणूस दुसरं असणार तरी कोण?

[अशोकचा चेहरा दिसतो. चेहरा किंचित उजळलेला, पण तो एकही अक्षर बोलत नाही. सदानंदच्या बोलण्यास योग्य असे भाव दर्शवितो. खुर्चीत बसून आहे. सदानंद मात्र पूर्णपणे समरस होऊन अशोकच्या भावना बोलून दाखवीत आहे. मागे सुयोग्य पार्श्वसंगीत.]

काय गं हे राणी? कसली ही जीवघेणी थट्टा! सामान घेऊन निघून काय जायचं? आमची घाबरगुंडी उडाली ना! अशी अवचित आलीस ध्यानीमनी नसताना... म्हणजे तसा वाटच बघत होतो आज येशील, उद्या तरी येशील, असं करता करता ९-१० वर्षं कशी निघून गेली ते कळलंच नाही. अखेर माझी तपश्चर्या फळाला आली. एक दिवस मी ऑफिसमधून परत आलो तर समोर अगं, चक्क एक सूटकेस! अगं, तू येणारच होतीस. तुला यायलाच हवं होतं, कारण हा असा होणारा माझा पुनर्जन्म वेडे तुझ्या हातात होता. तकदीर में होता है, तो खुदा छप्पर फाडके देता है. हा! तू मात्र होतीस तशीच आहेस. खरं तर बदललोय मी... आता माझे निर्णय स्वतः घेऊ शकतो. घे! तू

नव्हतीस तर मी ठरवत होतो पोलिसात जावं, पण नाही... नाही गेलो आणि न जाण्याचा निर्णय राणी, मी घेतला. सगळं लिहून ठेवलंय ह्या डायरीत जसं घडलं... जे मनात आलं ते सगळं, जसंच्या तस्सं!...

[सदानंद भानावर येत पुढचे म्हणतो.]

...हे असं काही हा आमचा अशोक बोलेल, असं वाटलं... पण मंडळी, तसं झालं नाही. हे चिरंजीव असेच बसून राहिले. फक्त त्रोटक नोंदी तेवढ्या ह्या डायरीत नोंदवल्या आणि त्याच्या आधारावर आपण सगळं रेटायचं...

[सदानंद एकदम चिडून अशोकला...]

...अरे उठ... च्यायलाऽऽ जा की दार उघडायला! असा बसून किती वेळ राहणार...? आयलाऽ ती निघून जाईल, मग बसशील बोंबलत... ही काय बसायची पद्धत आहे का वेड्या...! अरे, गुडघ्यात काय मान घालतोस? बिनडोक! नाही... पण तुम्ही आमचं ऐकणार नाही... कारण केस तुझी आहे बाबा. तू जे करशील त्याचा आम्ही तपास करायचा! तेव्हा तुला जेव्हा उठावंसं वाटेल तेव्हा उठ. तिला बसू देत जिन्यात बोंबलत! आम्हाला करायचंय काय! शेवटी तू आणि ही नायलॉनची दोरी...

[काही क्षण स्तब्धता. अचानक दारावर टकटक वाढू लागते. संगीत द्रुतगतीत सुरू होते. अशोक दार उघडायला उठतो.]

.... उठला! मंडळी, गुडघे खाली घेऊन आत्यंतिक आनंदी चेहऱ्याने त्या संध्याकाळी अशोक अखेर उठला! दारापाशी गेला. दार उघडलं आणि दारात उभ्या असलेल्या एका रुबाबदार व्यक्तीनं अशोकच्या घरात पाऊल टाकलं. दार वाजवणारी व्यक्ती राणी नव्हती. तर, मग होतं तरी कोण?...

[सदानंद अदृश्य. अशोक आणि एक रुबाबदार माणूस स्टेजवर दिसतात. दोघांवर प्रकाश. पाठीमागे कपडे वाळत घातलेली नायलॉनची दोरी.]

माणूस : आपण अशोक देशपांडे?

अशोक : हो. आपण...

माणूस : राणी नाही, म्हणून काळजीत असाल...

अशोक : तुम्ही ओळखता तिला?

माणूस : चांगलाच... एक निरोप घेऊन आलोय.

अशोक : राणी... ठीक आहे ना?

माणूस : ओळख करून देतो... मी प्रकाश पानसरे. राणी माझी बायको.
[स्तब्धता.]

अशोक : राणी... तुमच्याकडे परत आली?

प्रकाश : हो, ती परत घरी आली, कारण तसंच ठरलं होतं!

अशोक : ठरलं होतं म्हणजे?

प्रकाश : म्हणजे... आम्हाला मूल नव्हतं... म्हणून मग राणी इथं आली... आणि आता राणी प्रेग्नंट आहे तुमच्यापासून!
[अशोकच्या डोक्यात लख्ख प्रकाश पडतो.]
[काही काळ स्तब्धता.]

प्रकाश : खरं तर मी इथं येणारच नव्हतो. पण वाटलं, एकदा तुम्हाला प्रत्यक्ष भेटून आभार मानावेत. राणीनं इथे येऊन राहणं ही आमची एक ठरवून केलेली सोय होती, म्हणून राणी इथे आली. ४-५ महिन्यांसाठी. कसे तुमचे आभार मानावेत, तेच कळत नाहीये. दोष माझ्यात आहे, राणीत नव्हता. अनेक डॉक्टर्स झाले. काही तज्ज्ञ म्हणाले, कृत्रिमरीत्या प्रयत्न करू, म्हणजे नाव तरी अज्ञात राहतं. शिवाय सक्सेस रेट तीस टक्के असतो. मला, राणीला ते मान्य नव्हतं. ती म्हणायची- मूल प्रेमातूनच आलं पाहिजे, तरच मी खरी आई होईन. आणि नवऱ्यापासून जर नसेल तर अशी एकच व्यक्ती आहे... म्हणून पूर्वीचं आठवून तिने निर्णय घेतला की, तुमच्याकडे येऊन राहायचं- कोणतीही पूर्वसूचना न देता. तिची खात्री होती की, तुमचं तिच्यावर प्रेम होतं. अजूनही आहे. म्हणून खूप विचार करून आम्ही हा निर्णय घेतला. एक सोय म्हणून. सुदैवानं आम्हाला कौल मिळाला. तुम्हाला विसरणं तर शक्यच नाही... जन्मभर तुमची आठवण आमच्या अंगणात खेळत राहील. राणी पुन्हा कधीही इथं येणार नाही. जे घडलं ते फक्त आपल्यात राहील. फार उत्सुकता होती तुम्हाला बघण्याची. शक्य असेल, तर आम्हाला क्षमा करा. येतो मी!
[प्रकाश अंधारात निघून जातो. अशोक भकास चेहऱ्याने पूर्ववत्

एका बाजूला गुडघ्यात मान घालून बसतो. सदानंद येतो.]

सदानंद : घडून गेलेल्या प्रकारावर ह्या साहेबांची ही प्रतिक्रिया. गुडघे वर, मान खाली! अरेऽ जा, अडव त्याला! विचार की, हे चाललंय काय? माझा असा वापर करणारे तुम्ही कोण? मूलच हवं होतं, तर सरळ येऊन मागणी करायची. खुल्लमखुल्ला मामला. पण ह्या सुशिक्षित, सुसंस्कृत, सुविद्य जोडप्यानं लेका तुझा मामा केला... खरं तर बाप केला! ह्यात कसला आला कायदा अन् कसला आलाय तपास! स्त्री–पुरुष संबंध हा आदिम असतो. कायद्यात हा संबंध बसवता–बसवता सगळ्यांची त्रेधातिरपीट उडून जाते. घडणारी गोष्ट फक्त काही क्षणांची, पण त्याचे परिणाम मात्र आयुष्य घडवतात तरी किंवा उद्ध्वस्त तरी करतात.

कमाल आहे, खरोखर कमाल आहे! एक विवाहित स्त्री जाणून–बुजून केवळ मातृत्वासाठी एका निरपराध भाबड्या जीवाचा चक्काचूर करून टाकते. ती आई होते. स्वतःचा संसार अभंग ठेवते आणि ह्या आमच्या अशोकच्या स्वप्नांचा चोळामोळा करून टाकते. खरोखर मातृत्वाची भावना एखाद्या स्त्रीच्या मनात असं हिंस्र स्वरूप धारण करत असेल? कुणास ठाऊक... आपण आपले अंदाज करायचे. हाती आलेल्या केसचा रिपोर्ट तयार करायचा. तर, हा ह्या डायरीचा कर्ता अशोक हे घडून गेल्यावर असाच बसून राहिला. काहीही बोलला नाही. नियमित नोंदी करीत राहिला. ह्यानंतर त्याची गुडघ्यात असलेली मान फक्त एकदाच वर गेली. गुडघे एकदाच खुर्चीवरून खाली गेले. मनाशी निश्चय झाला होता. न पेक्षा, अशा व्यक्तिमत्त्वाचा माणूस दुसरं तरी काय करणार? असा विचार करून अशोकनं दोन–तीन मिनिटं येरझाऱ्या घातल्या...

[अशोक निश्चयाने उठतो. त्याच्या सर्व हालचाली अत्यंत विचारपूर्वक आणि सदानंदच्या वर्णनास पूरक अशा चालू आहेत.]

....त्याची नजर तिकडे वळली. नायलॉनच्या दोरीवर कपडे वाळत घातले होते, ते व्यवस्थित घडी करून ठेवले. बांधलेली नायलॉनची दोरी त्याने सोडायला सुरुवात केली, कारण दुसरा पर्यायच उरला नाही. त्याची नाकेबंदी पूर्ण झाली होती. ज्या प्राणवायूवर तो जगत

होता, तोच आता संपून गेला. अशोक आतून संपला, उद्ध्वस्त झाला! कधी तरी राणी नक्की येईल, तशी ती आली आणि जाताना अशोकचे श्वास वेचत निघून गेली. एक वावटळ आली आणि गेली. मागे उरला एक कमकुवत व्यक्तिमत्त्वाचा फक्त सांगाडा. सोडलेल्या दोरीचा फास तयार व्हायला लागला. त्या दिवसाची अखेर होत चालली.

[अशोकच्या हातात आता दोरी. बाजूलाच डायरी पडलेली.]

आमची केस फाईल होत चालली. माझी नाईट ड्युटी सुरू झाली. दार आतून कायमचं बंद झालं. शेजाऱ्यांचा गलका आमच्या पोलीस गेटावर चालत येत परवलीचं वाक्य घोकू लागला, ''दार कुणी उघडत नाही, दार कुणी उघडत नाही.'' आमचा तपास सुरू झाला. पुढे पूर्णही झाला. मागे उरली घडलेल्या प्रसंगाची आठवण आणि ह्या दोन वस्तू....

[खूप माणसांचा गलका ऐकू येतो. त्याचा एक ताल बनून गलका वाढत जातो. ह्या आवाजाच्या पार्श्वभूमीवर अशोक हलकेच उठतो. सदानंदच्या हातात दोरी अन् डायरी ह्या दोन वस्तू देतो आणि अंधारात निघून जातो. सर्वत्र शांतता पसरते. सदानंद डायरी घेऊन सुरुवातीला बसला असेल तसा बसतो आणि म्हणतो.]

ह्या आमच्या डायरीच्या कर्त्याचं प्रेत ताब्यात घ्यायला कुणीही नातेवाईक आला नाही. त्याच्या आसपास राहणाऱ्या लोकांनी मिळून विल्हेवाट लावली. एकटा जगत होता, एकटा निघून गेला. त्याच्यासाठी कुणीही कधीही रडलं नाही...

... नाही! कुणीच रडलं नाही, हे मात्र खोटं! कुणी तरी नक्कीच रडलं असणार. त्याच दिवशी नसेल, पण आणखी काही महिन्यांनी तरी नक्की...

बरंय मंडळी, येतो मी. परत एखादी अशी केस मिळाली, तर पुन्हा भेटू...

[अगदी तान्ह्या मुलाचे रडणे मोठे होत असतानाच पडदा.]

बसस्टॉप

[रंगमंचावर एका बाजूला बसस्टॉप आहे अशी कल्पना. खांब दिसला नाही तरी चालेल. बसची किंवा कुणाची तरी वाट बघत लग्न झालेली तरुणी उभी. वय २८-२९. लग्न होऊन ४-५ वर्षं झाली असावीत. दुसऱ्या बाजूनं एक तरुण येतो. तिच्याच वयाचा. हातात कॅसेट टेपरेकॉर्डर. अंगावर रंगीबिरंगी कपडे. एखाद्या सिनेमाच्या हीरोचे जसे कपडे असतात, तसे हे कपडे वाटावेत. तो तिच्या शेजारी उभा राहतो. ती त्याच्याकडे रागानं बघते. रहदारीचा आवाज येत नाही.]

तरुणी : कशाला फोन केलास?

तरुण : आठवण झाली म्हणून! का?

तरुणी : का असा वागतोस? तुला मी हज्जार वेळा हे सांगितलंय! मला सारखं बसस्टॉपवर येता येणार नाही.

तरुण : का? नवऱ्याला संशय आला?

तरुणी : संशय कसला डोंबलाचा! बाबू... तू मागचं विसरून जा!

बाबू : 'मागचं विसरून जा' म्हणजे?

तरुण : म्हणजे माझं कर्म!

बाबू : चिडू नकोस, नीट उत्तर दे. मागचं विसरू म्हणजे काय विसरू?

तरुणी : हे बघ... कसा रे तू? चक्रम आहेस!

बाबू : हंऽ भेटला होता-

तरुणी : कोण?

बाबू : तुझा नवरा.

तरुणी : (चमकून) कधी?

बाबू : मघाशी.

तरुणी : साफ खोटं! तो गावाला गेलाय.

बाबू : (एकदम नाटकीपणे) 'म्हणून हे असले चाळे सुचतायत? फोन केला तशी लगेच गेलीस! संबंध काय त्याच्याशी? आणि बसस्टॉप हे काय भेटण्याचं ठिकाण आहे? लोकांच्या समोर तमाशा झाला असेल सगळा!'

तरुणी : कशाला बोलवलंस मला? लवकर सांग. मला वेळ नाही. तुझ्यासाठी एक बस सोडली मी.

बाबू : खरंच भेटला होता आज.

तरुणी : तो गावाला गेलाय.

बाबू : गावाला जायच्या आधी भेटला होता. शप्पथ! ह्या ठिकाणी मी उभा होतो, तो असा चालला होता. मी हात केला. तशी काय वाटलं कुणास ठाऊक भडव्याला–

तरुणी : तोंड संभाळून बोल बाब्या!

बाबू : (तिच्याकडे दुर्लक्ष करीत) म्हणाला, 'तुम्हाला बघितल्यासारखं वाटतंय.' म्हणालो, 'असेल, असेल.'

तरुणी : मग तो काय म्हणाला?

बाबू : म्हणाला, 'तुम्ही बाबू का?' मी म्हटलं, 'नाही. मी बाबूराव... आपण बसायचं का? किती वेळ उभे राहणार? पाय दुखायला लागतील.'

तरुणी : असं इथं बसस्टॉपवर कसं बसणार?

बाबू : असं मी तुझ्या नवऱ्याला म्हणालो आणि बसला की लगेच फतकल मारून! (हसतो.) स्टॉपवरची सगळी माणसं बघायला लागली, हा माणूस फुटपाथवर काय बसलाय म्हणून! मग मी म्हटलं त्याला... काय त्याचं नाव... आपलं... ते...

तरुणी : संदीप.

बाबू : हां, तेच! संदीप. म्हटलं, 'संदीप, तुम्ही बसा. मी जरा आलोच सिगारेट घेऊन.' जो मग गेलो, तो आलोच नाही! (हसतो.) बसच्या लायनीत तुझा नवरा फतकल मारून तसाच बसलेला! शेवटच्या बसचा कंडक्टर त्याला म्हणाला, 'काय मिस्टर, बाबूनं गंडवलं ना? चला पळा. ही शेवटची बस आहे.' मग पॅन्ट झाडत चढला बसमध्ये!

(हसतो.)

तरुणी : तुझं डोकं फिरलंय.

बाबू : दिसायला चिकणा आहे हं तुझा नवरा.

तरुणी : मला इथं कशाला बोलावलंस, ते सांग!

बाबू : मी बोलावलं नाही. तुझ्या नवऱ्यानं तुला निरोप दिला असेल. सत्त्वपरीक्षा म्हणून. बघ जरा, दुर्बीण घेऊन दडून बसला असेल.

तरुणी : निरोप तुझा आला होता.

बाबू : असेल.

तरुणी : अरे, असेल काय? मला घरी उद्योग नाहीत का? तुझ्यासाठी ऑफिसला दांडी मारून आलेय अर्धा दिवस! का असा वागतोस?

बाबू : (खोट्या गांभीर्यानं, डोळ्यांत पाणी वगैरे आणून) आज... जवळ-जवळ पाच वर्षं झाली! का अशी वागलीस? नकार होता, तर चाळवलंस का? का अशी बघायचीस माझ्याकडे? एकदम घूमजाव करून निघून गेलीस! लग्न झाल्यावर इथं नोकरी करतेस, एवढंच कळलं मला.

तरुणी : मी तुला चाळवलं नाही!

बाबू : तुझी नजर स्थिर नसायची, भोसडेऽऽ

तरुणी : शिव्या देऊ नकोस!... आणि हे असले कपडे तुझे? मी ओळखलं नाही प्रथम!

बाबू : तो एक इतिहास आहे. मी... मी... नोकरी सोडली, रती!

तरुणी : माझं नाव रती नाही.

बाबू : नसेल! पण तू माझी रतीच!

रती : नोकरी का सोडलीस?

बाबू : कारण कलेची आवड!

रती : कला कसली डोंबलाची! काही तरी करून बसायचं. काय करतोस आता?

बाबू : मी सिनेमात असतो, रती. छोटे-मोटे रोल करता हूँ.

रती : रोल करतोस, का एक्स्ट्रॉ म्हणून काम करतोस?

बाबू : (हिंदी सिनेमाच्या थाटात) जिन लोगोंको आप एक्स्ट्रॉ पुकारके 'टीझ' कर रही है, वो भी एक इन्सान है, रती!

रती : का सोडलीस नोकरी, बाबू?

बाबू : कारण... नोकरीत खूप बंधनं असायची. तुला भेटता यायचं नाही. कलेची आवड होती. एक दिवस एक माणूस भेटला और बोला, 'अरे बाबू, तेरी फिगर इतनी अच्छी है! साला, तू फिलम् में क्यों नहीं जाता?' म्हटलं, 'जाता हूँ बाबा, जाता हूँ.' म्हणून सोडली नोकरी!

रती : मला सगळं खोटं वाटतंय.

बाबू : खोटं वाटतंय, तर तुझ्या नवऱ्याला विचार ना!

रती : हे बघ, जे झालं होतं आणि जे चाललंय, ते आपल्या दोघांचं आहे. त्याचा ह्यात संबंध नाही.

बाबू : नाही कसा? तुझा नवरा मला नेहमी म्हणायचा की, म्हणे- लग्नात बघितलं तेव्हाच वाटलं की, तुम्ही फिल्ममध्ये का जात नाही म्हणून? त्याच्या नादाला लागलो नि नोकरी सोडली.

रती : बाबू, एक मिनिट तरी सरळ बोल की रे! इकडे ये, बस नीट-
[दोघे फुटपाथवर बसतात.]
तुझ्या लग्नाच्या वेळी आम्ही दुबईला होतो. संदीपचं दोन वर्षांचं कॉन्ट्रॅक्ट होतं.

बाबू : ओळख का होते? म्हणजे एक बाई आणि एक बुवा यांची ओळख का होते?

रती : गरजेपोटी.

बाबू : कसल्या गरजा?

रती : शरीराच्या, मनाच्या!

बाबू : लग्न करून ह्या दोन्ही भागतात?

रती : तुला काय वाटतं?

बाबू : तुला काय वाटतं?

रती : अवघड आहे सांगणं. कारण गरज कायम उरतेच. भागली तरी परत निर्माण होते आणि एकदा भागली की, परत भागेल न भागेल... आपलं गप्प बसून राहायचं.

बाबू : तू दुःखी वगैरे असलीस, तर तसं स्पष्ट सांग. लाजूबिजू नकोस. आणि गरजा भागवायच्या असल्या तरी...

रती : आचरट आहेस!

बाबू : आचरट नाही. खरं तर स्त्री-पुरुषांच्या गरजांची बँक केली पाहिजे. म्हणजे किडनी, डोळे, रक्त ह्यांची असते, तशी. परवा म्हणाला तो की-

रती : कोण?

बाबू : संदीप! कशावरून तरी आम्ही गरजांविषयी बोलत होतो. तशी तोही म्हणाला, 'अशी बँक काढली पाहिजे.' म्हटलं, 'जरूर काढा. रतीचं खातं तर आयलाऽ पहिले छूट खोला.'

रती : चावट आहेस!

बाबू : पण तू नाहीस! तशी असतीस, तर प्रश्नच आला नसता. फोनला पन्नास पैशांची नाणी कमी लागली असती आणि आपल्याला पळून जाऊन हॉटेलमध्ये राहता आलं असतं.

रती : आला माझा नवरा पिस्तूल घेऊन म्हणजे?

बाबू : तर आपण त्याला ठार मारू!

[शांतता]

रती : मी जाते. बस येईल असं वाटत नाही. टॅक्सी केली पाहिजे. (उठून उभी राहते.)

बाबू : थांब जरा. किती दिवसांनी भेटत्येयस. दुपारी ह्या बसेस कधी वेळेवर येत नाहीत.

रती : लवकर आली तर बरं!

बाबू : लग्नाची बस मात्र वेळेवर आली.

बाबू : काय करणार मी? तुझ्यासारख्या भणंगाला कोण पत्करणार?

बाबू : लग्नाआधी... तुला दिवस गेले होते.

रती : मुस्काड फोडीन बाब्या! कोण, वाटले कोण तुला मी? एक तुला माझ्या अंगाला हात लावू दिला नाही तर किती भडकतोस! तसं करू देणं-न देणं ही माझी इच्छा होती. माझा अहंकार आहे, असं समज. तुझ्या सिनेमात प्रत्येक हीरोचं नटीबरोबर लफडं नसतं. प्राण गेला तरी हात नाही लावू देणार! जा, बस बोंबलत!... जा आता बाबू! मला माझा संसार करू दे, तू तुझा कर.

[शांतता. बाबू बरोबर आणलेला कॅसेट टेपरेकॉर्डर सुरू करतो. यावर 'मैं बंबईका बाबू, नाम मेरा अंजाना' ह्या गाण्याच्या ओळी वाजतात.]

बाबू : (खोट्या नाटकीपणे) संगीताच्या ह्या अशा सुरावटीमुळे ताण हलके होतात. मन प्रसन्न होतं. त्यात जुनी हिंदी गाणी तर केवळ अवीट गोडीची बाब आहे. सैगल काय, शमशाद-लता काय किंवा मन्ना डे काय! ह्या मन्ना डेचं गाणं लागलं की, दिवसाची रात्र झालीय असा भास होतो आणि चित्तवृत्ती निवतात.

रती : का ओळख झाली आपली? का असा वागतोस चमत्कारिक? (त्याच्या केसांतून हात फिरवते.)

बाबू : (चमकून) अगंऽऽ संदीप आला बघ!

[ती घाबरून हात पट्कन काढून घेते. तो खूप हसतो.]

रती : तू... तुला खरंच संदीप भेटला होता?

बाबू : हं.

रती : कधी भेटला? मला तो काही बोलला नाही.

बाबू : कसा बोलणार? त्याला तुझी लाज वाटली असेल, कारण मी त्याला सगळं सांगितलं. म्हणजे तू मला कशी चाळवायचीस... करायचं तर काही नाही. नुसतं करू की नको, जवळ जाऊ की नको? तर कधी नुसतीच बोटांत बोटं! ह्यामुळे माझा काठ कधी सुटला, ते कळलं नाही. धारदार प्रवाहात गटांगळ्या खात-खात अखेर हिंदी सिनेमात एक्स्ट्रॉ झालो. वाटलं, हा सापडलेला काठ तरी भरजरी असेल; पण तोही अखेर कचकड्याचा निघाला. ही फिल्म फार मोठी निघालीय! रिळांचा गुंता झाला. मी त्यात पुरता अडकलो. आता हा गुंता मी सोडवणार कधी? हीरो होणार कधी? हीरो हिरोइनला भेटणार, की उपनायिकेलाच नायिका मानणार? आणि असा गोंधळ उडाला की मग मी...

[कॅसेट सुरू करतो. 'अनुराधा'मधलं 'जाने कैसे सपनोंमें खो गयी आँखियाँ' हे गाणे हलकेच ऐकू येतं. वातावरण निवते.]

रती : भेटलास का तू त्याला? काय म्हणाला तो?

बाबू : तो म्हणाला, 'तुमच्याकडे- म्हणजे माझ्याकडे- पाहिल्यानंतर असं वाटतं की... डब्यात पडलेला प्रायोगिक चित्रपट बघतोय म्हणून!' आणि ह्याच कारणासाठी त्याला तू पसंत आहेस.

रती : मी नाही समजले?

बाबू : तो म्हणाला, 'तिचा इतिहास जाणूनच मी लग्न केलंय. म्हटलं, वा:! मनमोहन देसाई, तुमचं 'नसीब' बलवत्तर आहे. तुमची सोयरिक महान आहे. मग मी असं करू का? की, आठवड्यातून एक वेळ मी येत जाईन. तुमचं काही असेल तर तुम्ही तिकडे जा... तुझ्या नवऱ्याचे केस फार विस्कटलेले का होते गं?

रती : शक्यच नाही! तो विग वापरतो.

बाबू : (स्वत:शीच हसत) आयलाऽ शेवटी गोटाच का?

रती : तू खोटं बोलतोयस. तू त्याला भेटलेलाच नाहीयेस!

बाबू : पैज लावतेस का, पैज?

रती : तुझ्यासारख्या चक्रमाशी कोण पैजा लावणार? ही बस कशी नाही आली अजून, कोण जाणे!

बाबू : बसचं मरू देत. मुलं किती तुला?

रती : एक मुलगा आहे.

बाबू : वंडरफुल! मला एक मुलगी आहे. आपण त्यांचं लग्न करायचं का? म्हणजे बघ- 'हिंदी-चिनी भाई-भाई', तसे 'बाबू-रती व्याही-व्याही!' (हसतो.)

रती : चल! मुलांचं आपण कोण ठरवणार? त्यांची ती बघतील.

बाबू : होऽ! आपलं तरी आपल्याला कुठं ठरवता आलं? तू फक्त मला चाळवून ठेवलंस आणि-

रती : वाट्टेल ते बोलू नकोस!

बाबू : का खोटं बोलत्येस? नव्हतं लग्न करायचं, तर का बोटांत बोटं घातलीस? तेव्हा त्याचा परिणाम माझ्यावर काय होत होता त्याची तुला पर्वा नव्हती. आपल्याच नादात तू! आणि इतक्या वर्षांनंतर आता विचारतोय, तरी नाही म्हणतेस... निदान चोरून तरी काही तरी करू या!

रती : बाबू, तू वेड्यासारखं असं....

बाबू : तुझा नवरा वेडा आहे!

रती : तुझी... बायको... कशी आहे रे? म्हणजे दिसायला?...

बाबू : नकटी आहे! करायचंय काय तुला? काही घेणं आहे का? (आवाज वाढत जातो.) काय घेणं आहे तुला?

रती : चिडतोस काय बायकोचा विषय निघाल्यावर? खरंच नोकरी सोडलीस?

बाबू : हो.

रती : का?

बाबू : सांगितलं ना, कलेची आवड आहे म्हणून!

रती : अरे, पण म्हणून काय एकदम एक्स्ट्रॉ व्हायचं?

बाबू : आज एक्स्ट्रॉ आहे; उद्या कुणी सांगावं, हीरो होईन! मग मात्र मी सांगेन ती हिरोईन! तिच्या इच्छेचा प्रश्नच नाही! रोकडा फेको और तमाशा देखो! आम्ही मग फिरायला जाऊ- कधी काश्मीरला, तर कधी उटीला. हिरव्या गालिच्यावरून, फुलांवरून, निर्झराच्या काठानं, 'इंपोर्टेड' कारमधून... 'डिस्को', गणपती उत्सव, दहीहंडी, कॉलेजची ट्रिप, लोणावळा, खंडाळा... भराभर भराभर फिल्म पुढे! रिळंच्या रिळं! खूप गुंता! आणि ह्या कचकड्याच्या फिल्मचा प्रचंड गुंता सोडवता-सोडवता एक जबरदस्त सिच्युएशन तयार होईल. मग ठेका सुरू!

[कॅसेट सुरू करतो. त्यावर 'मैं सोला बरसकी, तू सतरा बरसका...' हे किंवा ह्यासारखं एखादं गाणं सुरू होतं. रती रडवेली झालेली.]

रती : (रडवेली) बाबू, बंद करऽ बंद करऽऽ ते गाणं! अरे, काय तमाशा चाललाय हा?

बाबू : (त्वेषानं क्रमशः आवाज वाढवत) हांऽ चलने दो ये तमाशा! देखने दो सब लोगों को! अगर है कोई माँका लाल, तो रोक दें ये तमाशा! ये तमाशा ऐसा नहीं रुकेगा, रती! तभी रुकेगा, जब कोई इन्सान आसमानसे उतर आए! तभी रुकेगा, जब कोई पुलीस मुझे हथकड़ी लगा दे! तभी रुकेगा, जब कोई मुझे थप्पड मार दे (रतीला हे सहन होत नाही. बाबू तिच्याभोवती चकरा मारीत, तिच्याजवळ जात म्हणत असतो) मार दे मुझे थप्पड... मार दे मुझे थप्पड!... मारऽऽ दे मुझे!..

[रती त्याला मुस्काटात मारते. हिंदी सिनेमासारखा अभिनय करीत बाबू म्हणतो.]

मारा मुझे? तुमने मुझे थप्पड़ मारा? ये थप्पड नहीं थी रती, ये अपनी

मोहब्बतकी निशानी थी, जो तुमने मेरे गालोंपर उठायी है!

[बाबू कॅसेट सुरू करतो. त्यावर, 'ये दुनिया अगर मिल भी जाये तो क्या है?' हे गाणे ऐकू येते. दोघे स्वस्थ, शांत होतात.]

रती : बाबू, तू जा! कुठं तरी लांब निघून जा! परत भेटू नकोस मला....

बाबू : ते माझ्या हातात नाही. आपल्या हातात काय असतं? तुझ्या हातात बांगड्या तरी आहेत. माझे आपले रिकामे हात! कधी घड्याळ घातलं, तर दुसऱ्या हातानं किल्ली द्यायची. आता तुझा नवरा मरावा असं मनातून जरी वाटलं, तरी तसं घडणार आहे का?

रती : अशी वाईटच इच्छा तू नेहमी का करतोस?

बाबू : तू मला फसवलंस, म्हणून!

रती : किती वेळा तेच ते उगाळणार आहेस? समज, मी फसवलं तुला- मग? 'फसवलं-फसवलं' करीत बसणार आहेस का जन्मभर? स्वतःचं बघ की जरा. चांगली नोकरी कर-

बाबू : (तिच्या सुरात सूर मिसळून) 'पैसे मिळव! काय दशा करून घेतलीयस! चांगली नोकरी सोडलीस अन् सिनेमाच्या नादाला लागलास. जरा घराकडे लक्ष दे, पोरांकडे बघ! त्यांच्या शिक्षणाकडे बघ. माणसानं मागचं विसरायला शिकलं पाहिजे. जमत नसेल तर शिकवणी लाव माझी! स्वत:च्या आवडीचं जगात प्रत्येकाला मिळालंच पाहिजे का?... सांग मला! बोल की, दे उत्तर!'

रती : तुझ्याशी बोलण्यात काहीही अर्थ नाही! इथं आले, हेच चुकलं!

बाबू : तुला जायचं असेल तर जा हं, माझी हरकत नाही. मुलगा वाट बघत असेल. संदीप ऑफिसमधून यायची वेळ झाली असेल.

रती : आमचा बिझिनेस आहे. ऑफिस घरीच आहे.

बाबू : मग तू नोकरी कशाला करतेस?

रती : तुला निर्धास्त भेटता यावं म्हणून! कळलं?

बाबू : मग मला पगार देत जा.

रती : मैत्री आणि व्यवहार यांच्यात गल्लत करू नकोस.

बाबू : केली नसती. पण आपण एका गल्लीत राहायचो म्हणून सांगतो. तुझ्या नवऱ्याला सांभाळ! आमचं शूटिंग चालू असताना परवा तो तिथं आला होता. आमच्या प्रोड्यूसरबरोबर बोलत होता. 'सिनेमात पैसे गुंतवायचे'

म्हणत होता.

रती : बंडला मारू नकोस.

बाबू : बंडला नाही. तुमच्या घरी तो दामू रॅमसे येत नाही का?... सांग ना, दामू रॅमसे येतो की नाही?

रती : येतो.

बाबू : तोच आमचा प्रोड्यूसर आहे. तरी त्याला जेवायला घालतेस, कारण नवऱ्याचा मित्र! आणि मला सांगतेस, 'मर, दूर निघून जा!' तरीही सांगतो– नवऱ्याला सावध कर, सगळा पैसा घालवून बसेल! बघता–बघता संसाराचे सप्तरंग उडून जातील आणि ब्लॅक अँड व्हाइट नशिबी येईल. आखिर तुम भी इस फिल्म इंडस्ट्रीके बाजार में एक एक्स्ट्रॉ बन जाओगी. हिरोइन के पीछे झूलना पड़ेगा और कुत्तेकी मौतसे मर जाओगी. ह्या धंद्यात पैसे टिकत नाहीत. रावाचे रंक होतात! स्टुडिओचे मालक भिकेला लागतात, तर एखादा भिकारी हीरो होऊन राज्य करतो! बडी नखरेल दुनिया है प्यारे!... तुम्हें नाचना आता है?

रती : काय?

बाबू : तुला डान्स येतो?

रती : नाही.

बाबू : मग शिकून घे. एवढी मोठी घोडी झालीस आणि डान्स येत नाही? एक्स्ट्रॉला डान्स यायलाच हवा! लाज वाटली पाहिजे... मी शिकवतो. नाचऽ! चला! (ओरडत) नाचोऽ!

रती : बाबू, तू शुद्धीवर आहेस का?

बाबू : नाचोऽ! भैंचोदऽऽ नाचो!

रती : बाब्याऽ!

बाबू : सुनती क्यों नहीं? रांड सालीऽ नाचो!

[असं म्हणून कॅसेट सुरू करतो. त्यावर भन्नाट ठेका असलेलं एखादं लोकप्रिय हिंदी गाणं ऐकू येतं. प्रकाश बदलत राहतो. बाबूची खूप मोठी सावली पडते. बाबू स्वतःच्या तंद्रीत 'नाचोऽ नाचोऽ' असं ओरडत, नाच शिकवल्याचा आविर्भाव करीत स्टेजभर फिरत नाचत असतो. रती त्याला सावरण्याचा प्रयत्न करते. पण त्याचं नाचणं वाढत जातं.]

रती : बाबू, माझं ऐक. असं करू नकोस. लोक जमतील बघ.

बाबू : (तालावर नाचता-नाचता) हट जावऽऽ देखने दो सबको. ये मेरी जिंदगीका छायागीत है रती, जिसको तुम्हारे पतीने स्पॉन्सर किया है. हररोज इसी वक्त चलता ही रहेगा!

[रती कॅसेट बंद करते. शांतता. नाचून-नांचून बाबू थकलाय. काही क्षण कुणी बोलत नाही. मग बाबूला थकावटीमधून हसू येतं. तो खळखळून हसतो.]

बाबू : मझा आया!

रती : मी जाते, बाबू.

बाबू : मी कधीच तुला अडवलं नव्हतं आणि अडवणार नाही! तुझी तू स्वतंत्र आहेस. तुला मी बोलावलं असं तूं म्हणतेस, पण मी अजून दुजोरा दिलेला नाही..

रती : दुजोरा कसलाच नाही. सगळे कच्चे दुवे. फोन, संदीपची भेट, तू नोकरी सोडलीस, हे हिंदी सिनेमाचं... सगळं खरं की खोटं?

बाबू : फक्त एकच खरं!

रती : काय खरं बाबू?

बाबू : इथं आज आपण भेटलो!

रती : हो, बऱ्याच वर्षांनी.

बाबू : बऱ्याच वर्षांनी ह्या बसस्टॉपवर भेट. आज ह्या बसवाल्यांचा संप तर नाही?

रती : असला तरी मिटेल आज ना उद्या केव्हा तरी.

बाबू : (एकदम मोठ्यानं) समाज कोऽ बदल डालो!

रती : (दचकून) काय म्हणालास?

बाबू : नाही, नाही- सिनेमाचं नाव आठवलं.

रती : तू काम केलं होतंस त्यात?

बाबू : तसं ठरलं होतं. पण ऐन वेळी फायनान्सरनं त्याचा माणूस घुसवला. तू... मला काम देशील?

रती : कसलं?

बाबू : कसलंही चालेल.

रती : आमचं अजून सिनेमा काढण्याचं नक्की नाही ठरलं... चल, मी जाते.

बस येईलच आत्ता.

बाबू : (सुस्कारा सोडून) हंऽ! 'मी जाते. बस येईलच आता!' ह्याचा अर्थ एकच. तो म्हणजे, 'तू मसणात जा! मी एकटी ऐटीत थांबते.' पण इथं मी आपण होऊन आलो नाही. शूटिंग चालू असताना चिठ्ठी मिळाली, 'मला इथं भेट' म्हणून.

रती : मी चिठ्ठी वगैरे काही पाठवलेली नाही.

बाबू : तू नसेल, संदीपनं नाही तर त्या दामू रॅमसेनं दिली असेल.

रती : बघू.

बाबू : (खिशातून काढून देतो.) ही बघ.

रती : (चिठ्ठी घेत) ही... हे... बसचं तिकीट आहे, बाबू! मी काय म्हणत्येय...

[शांतता. कॅसेट सुरू झाल्यावर 'दुखी मन मेरे, सुन मेरा कहना' हे गाणं ऐकू येतं. गाणं चालू असतानाच]

बाबू : फोन कुणी केला, चिठ्ठी म्हणून बसचं तिकीट कसं आलं, ह्या सगळ्याचं वर्गमूळ एकच– तुझं शरीर मला मिळालं नाही! अगदी जबरदस्त इच्छा असूनदेखील नाही! म्हणून ही तरफड–तरफड!

रती : (गाणं चालूच आहे.) बाबू, मला परत कधीही भेटू नकोस! चालता हो कायमचा! तू मेलास तरी चालेल. नीट ऐक बाबू– तू मेलास तरी मला चालेल, पण असा परत छळायला येऊ नकोस! कधीही येऊ नकोस! कधीही येऊ नकोस! बस आली. निघते मी.

[बसचा आवाज हळूहळू मोठा होऊ लागतो. रती पर्स वगैरे सावरत बसची वाट बघत असते. बाबू एकदम तीरासारखा स्टेजवर दिशाहीन फिरतो. बसचा आवाज आणि बाबूचा फिरण्याचा वेग वाढू लागतो. रती ओरडते.]

रती : मागे फिर, बाबूऽऽ बस येत्येयऽ जाऊ नकोसऽऽ बसखाली जाशील! बाबूऽ... मत जावऽऽ खतरा है!

[हिंदी सिनेमायोग्य पार्श्वसंगीत सुरू होतं. बाबू–रतीचा पाठलाग तद्दन हिंदी सिनेमा क्लायमॅक्सच्या पार्श्वसंगीतावर सुरू होतो. त्यात बस येण्याचा आवाज मिसळतो. बाबू धावत विंगेत जातो. बसचा ब्रेक दाबल्याचा कर्कश आवाज. रतीची किंकाळी. शांतता. मग लोकांचा

'काय झालं, कसं झालं' गलका ऐकू येतो. अर्धवट प्रकाशात धावपळ दिसते. कुणी तरी पलंग आणतो. पांढरी चादर वगैरे. बाबूला त्यावर झोपवतात. त्याला डोक्याला खूप बँडेजेस बांधलेली. रक्ताचे डाग वगैरे. रती येते. बाबूला अर्धवट ग्लानी. पलंगावर अर्धवट उठून बसलेला. शक्य झालं तर बाबूला रक्ताची किंवा सलाइनची बाटली लावलेली दाखवावी. रती पलंगावर बसते.]

रती : काय करून बसलास वेड्यासारखं!

बाबू : मला वाटलं, मला यायला उशीर झाला आणि तू गेलीस! म्हणून धावत बस पकडण्याचा प्रयत्न केला. चुकलंच!... ॲक्सिडेंट झाला... खूप दुखलं.

रती : मी कुठं गेले?... काय बोलतोयस तू? कसला बसस्टॉप? आज मी पेपरात वाचलं नि भेटायला आले. कधी आणलं तुला इथं?

बाबू : काही समजलं नाही. शुद्धीवर आलो ते इथंच आहे. तू... आलीस होय? मला वाटलं, पोलीस आले...

रती : पोलीस कशाला... म्हणजे... बायको कुठाय तुझी? आणि मुलगी? घरचं कुणी आलं नाही म्हणून?

बाबू : जरा गोंधळच झालाय.

रती : काय बोलतोयस? डोक्यावर मारामुळे तर काही...

बाबू : (झटक्यात उठून बसून, बॅण्डेज लावलेला तसाच उभा राहात बोलतो.) डोक्यावर बस बसलीय!...

रती : अरेऽ उठू नकोस! डॉक्टरऽ... तू... तुझ्या घरचं कसं कुणी आलं नाही? अरे, चालू नकोस.

बाबू : गोंधळ झालाय. पोलीस येतील. कारण बायको... म्हणजे... सकाळी मी मुलीबरोबर खेळत होतो... ते डार्ट मारतात, ते. एकदम वाटलं, तुझी चिठ्ठी आली आणि ती बायकोनं लपवलीय. म्हणून नेम धरून डार्ट मारला तो नेमका बायकोच्या छातीत! मग दुसरा डार्ट.. तिसरा... रक्त... सगळं... इकडे आलो बसस्टॉपवर, तर बस मधे आली. मला वाटलं, थांबलीय बस... म्हणून पाय पुढे टाकला तर ती.. ह्या स्टॉपवर न थांबणारी लिमिटेड होती. डार्ट फार जोरात लागला... नंतर कळलं की डार्ट नव्हता, सुरी होती!...

गोंधळ सगळा! आपण स्टॉपवर भेटलो तेवढं खरं! तुझ्या नवऱ्याला भडव्याला... बरोबर करतो! सालाऽऽ नालायक! अडथळ्याची शर्यत... एकेक अडथळा... दूर करून... म्हणजे... आयला... एक महत्त्वाचा अडथळा तर दूर केला... आयला...

[बाबूला झापड येत्येय. बोलणं तुटतं. तो पलंगावर पडतो. विंगेत एका स्पीकरवरून पोलिसांच्या सायरनचा आवाज येऊ लागतो, तर दुसऱ्या विंगेतल्या स्पीकरवरून एका लहान मुलीच्या आवाजात पुढली वाक्यं परत-परत ऐकू येतात. 'बाबा कधी घली येनाल... आई, बोल ना!... बाबा कधी घली येनाल?... आई बोल ना...' वरील दोन्ही आवाजांची सरमिसळ वाढत जाते.]

रती : (आवेगानं बाबूला हलवीत) बाबूऽऽ सांग, काय केलंस घरी? मारलंस का तिला?... अरे, फाशी जाशील ना आता... बोल ना! असा कसा रे वेडा तू?... सांग, का खून केलास बायकोचा? का खून केलास बायकोचा?... मुलीचं काय झालं?... अरे, बोल रेऽऽ! मुलगी कुठाय?... बाबूऽ! ...

[रती बाबूच्या छातीवर पडून धाय मोकलून रडते. सायरन आणि लहान मुलीचा आवाज आता टिपेला पोहोचलाय.]

पडदा

FCW - #0227 - 061026 - C0 - 216/140/6 - PB - 9788195609307 - Matt Lamination